# അക്കിക്കാവ്

**akkikkavu**
**balasahityam**

•

*pradeep perasannur*

•

*first edition*
may 2019

•

*typesetting & published*
chintha publishers, thiruvananthapuram

•

*cover*
ratheesh vincent



***വിതരണം***

**ദേശാഭിമാനി ബുക്ക് ഹൗസ്**
H O തിരുവനന്തപുരം-695 035
phone: 0471-2303026, 6063026
www.chinthapublishers.com
chinthapublishers@gmail.com

***ബ്രാഞ്ചുകൾ***

ഹെഡ്ഡാഫീസ് ബ്രാഞ്ച് കുന്നുകുഴി • സ്റ്റാച്ച്യു തിരുവനന്തപുരം • കെ എസ് ആർ ടി സി ബസ് സ്റ്റേഷൻ ആലപ്പുഴ • കെ എസ് ആർ ടി സി ബസ് സ്റ്റേഷൻ എറണാകുളം • ഐ ജി റോഡ് കോഴിക്കോട് • മാവൂർ റോഡ് കോഴിക്കോട് • എൻ ജി ഒ യൂണിയൻ ബിൽഡിങ് കണ്ണൂർ • സെൻട്രൽ ബസ് ടെർമിനൽ കോംപ്ലക്സ് താവക്കര കണ്ണൂർ

CO - 2751 / 4945
ISBN - 978-93-88485-52-4

# അക്കിക്കാവ്

(ബാലസാഹിത്യം)

പ്രദീപ് പേരശ്ശന്നൂർ

ചിന്ത പബ്ലിഷേഴ്സ്
തിരുവനന്തപുരം-695 035

## പ്രദീപ് പേരശ്ശന്നൂർ

മലപ്പുറം ജില്ലയിലെ പേരശ്ശന്നൂർ ഗ്രാമത്തിൽ ജനനം. അച്ഛൻ ബാലൻനായർ, അമ്മ വസന്ത. ആനുകാലികങ്ങളിൽ കഥകൾ എഴുതുന്നു. www.pradeepperassannur.blogspot.in എന്ന ശ്രദ്ധേയമായ ബ്ലോഗ് ഉണ്ട്.

*കമ്പപ്പോൽ, ചുരുണ്ടടവ്* (നോവലുകൾ), *കുളമ്പുമനുഷ്യൻ* (ബാലസാഹിത്യം) എന്നിവയാണ് ഇതരകൃതികൾ. *ചുരുണ്ടടവിന്* SPCS ന്റെ കാരൂർ സ്മാരക നോവൽ പുരസ്കാരം ലഭിച്ചിട്ടുണ്ട്.


വിലാസം : പ്രദീപ് പേരശ്ശന്നൂർ
അക്ഷരം
പേരശ്ശന്നൂർ ( പി ഒ )
മലപ്പുറം - 679571

ഫോൺ : 9447536593

Email : pradeepperassannur@gmail.com

# പ്രസാധകക്കുറിപ്പ്

**വ**ളർച്ച ആഹ്ലാദം മാത്രമല്ല സംഘർഷം കൂടിയാണ്. ഉണ്ണിക്കുട്ടൻ നാട്ടിൻപുറത്തെ കുട്ടിയാണ്. നാട്ടിലെ ഓരോ മുക്കും മൂലയും സസ്യ ജന്തുജാലങ്ങളും അവന്റെ പരിചയക്കാരാണ്. കുട്ടിക്കാലം മറ്റുള്ളവർ കരുതുംപോലെ അയത്ന ലളിതമല്ല, പൊരുതിയാണ് മുന്നേറേണ്ടത് എന്ന പാഠം മനസ്സിലാക്കിത്തുടങ്ങുമ്പോഴാണ് തനിക്കുള്ളിൽ ഉറങ്ങിക്കിടക്കുന്ന കഴിവുകൾ അവൻ തിരിച്ചറിയുന്നത്. ബാല്യത്തിന്റെ വിഹ്വലതകൾ കോറിയിടുന്ന ഈ ലഘു നോവൽ കുട്ടികൾക്കും മുതിർന്നവർക്കും ഒരുപോലെ രസിക്കും.

**ചിന്ത പബ്ലിഷേഴ്സ്**

# ഒന്ന്

**മേ**ലേപറമ്പിൽ പറങ്കിയണ്ടികൾ പെറുക്കിക്കൂട്ടുമ്പോൾ ഉണ്ണിക്കുട്ടൻ ഓർത്തു:

താൻ വലിയ കുട്ടിയാവുകയാണ്. അടുത്തകൊല്ലം ഹൈസ്കൂളിലേക്കാണ്. ഹൈസ്കൂൾ വല്ലാത്തൊരു ലോകമാണ്. ഹൈസ്കൂളിലേക്ക് പോകുക എന്നാൽ ഗ്രാമം വിട്ട് ടൗണിലേക്ക് പോയി പരിഷ്കാരിയാവുക എന്നത് കൂടിയാണർത്ഥം. ഗ്രാമത്തിലെ സ്കൂളിലേക്ക് കുന്നുംപുറത്തൂടെ അരകിലോമീറ്റർ നടന്നാമതിയെങ്കിൽ ഹൈസ്കൂളിലേക്ക് ബസിൽ യാത്ര പോകണം. ബസിൽ കേറി സ്കൂളിൽ പോകാൻ എത്രകാലമായ് മോഹിക്കുന്നു. അതൊരു ഗമയാണ്. വലിയ കുട്ടിയായി എന്നതിന്റെ ലക്ഷണവും. ബസിൽ യാത്ര ചെയ്യുമ്പോൾ സീറ്റുണ്ടെങ്കിലും ഇരിക്കാൻ പാടില്ലത്രെ! കണ്ടക്ടർമാമൻ ചീത്ത പറയും. പിന്നെ ഗവൺമെന്റ് നിയമവും അതിനെതിരാണെന്നാണ് കേട്ടിട്ടുള്ളത്. കുട്ടികൾ ഇരിക്കാൻ പാടില്ല. മുത്തശ്ശി അത് തിരുത്തിത്തന്നിട്ടുണ്ട്. മുതിർന്നവർ നില്ക്കുമ്പോൾ കുട്ടികൾ ഇരിക്കരുത്. ഇതിലേതാണാവോ ശരി?

കഴിഞ്ഞ കൊല്ലം ഹൈസ്കൂളിൽ ചേർന്ന തന്റെ കൂട്ടുകാരായ വിനുമോനും അലിക്കുട്ടിയും അവിടത്തെ വിവരങ്ങൾ പറയുമ്പോൾ കൊതി തോന്നും. ചുറ്റുഭാഗവും മതിൽ കെട്ടിയു

യർത്തിയ വലിയ സ്കൂൾ. കണ്ടാതന്നെ പേടിതോന്നും. അസംബ്ലിക്ക് ഇവിടത്തെപോലെ പൊരിവെയിലിൽ നില്ക്കണ്ട. അതിന് വലിയ ഹാളുണ്ട്. കലാപരിപാടികൾക്കും പ്രസംഗത്തിനും സ്വന്തമായ് സ്റ്റേജുണ്ട്. വലിയ കളിക്കളമുണ്ട്. വിപുലമായ ലൈബ്രറിയുണ്ട്. പിന്നെ ഇവിടത്തെപോലെ ഉണങ്ങിയ, കാണാൻ ഭംഗിയില്ലാത്ത ഞാവൽമരങ്ങളല്ല അവിടെ. വരിവരിയായ് നില്ക്കുന്ന ബദാംമരങ്ങളും ഗുൽമോഹർ മരങ്ങളുമാണ്. സ്കൂൾടൈമിൽ കുട്ടികൾക്ക് ഗേറ്റ് കടന്ന് പുറത്ത് പോകാൻ പറ്റില്ല. എന്തിനും പോന്ന സ്റ്റുഡന്റ് പൊലീസുണ്ട്. പിടിവീണാൽ കുഴങ്ങിയതുതന്നെ. അവിടെ അറ്റൻഡൻസ് രേഖപ്പെടുത്താൻ പേര് വിളിക്കുമ്പോൾ 'പ്രസന്റ് സർ' എന്നു പറയണമത്രേ. ഇവിടെ ലോക്കൽ സ്കൂളായതുകൊണ്ട് 'ഹാജർ ' എന്നുമതി. ഹൈസ്കൂളിൽ ഗണിതവും ഇംഗ്ലീഷും കടുകട്ടിയാണ്. ഹെഡ്മാസ്റ്റർ വീരപ്പമാഷ് തന്നെയാണത്രെ ഇംഗ്ലീഷെടുക്കുന്നത്. ഇംഗ്ലീഷിലാണത്രെ മാഷ് വിവരങ്ങൾ ചോദിച്ചറിയുക. വിനുമോൻ ചിലതെല്ലാം പറഞ്ഞ് തന്നിട്ടുണ്ട്. 'വാട്ടീസ് യുവർ നെയിം' എന്നു ചോദിച്ചാൽ പേരാണെന്നറിയാം. പക്ഷേ, 'വാട്ടീസ് യുവർ ഫാദർ' എന്നു ചോദിച്ചാൽ അച്ഛന്റെ ജോലിയാണത്രെ പറയേണ്ടത്! വേറെയുമുണ്ട് ചോദ്യങ്ങൾ:

"ഹൗ ഓൾഡ് ആർ യു?"

"യുവർ ലൈഫ് അമ്പിഷൻ?"

ലൈഫ് അമ്പിഷൻ ചോദിച്ചാൽ മരപ്പണിക്കാരനാവുക എന്നല്ല താൻ പറയേണ്ടത്. കാർപ്പെന്റർ. മരപ്പണിക്കാരന് ഇംഗ്ലീഷിൽ അങ്ങനെയാണ് പറയുക. ഹൈസ്കൂളിൽ പോയതിൽ പിന്നെ വിനുമോനും അലിക്കുട്ടിക്കും നല്ല വിവരമുണ്ട്. ആറിൽ തോറ്റില്ലായിരുന്നെങ്കിൽ താനും ഇപ്പോൾ അവരോടൊപ്പം ഹൈസ്കൂളിലിരുന്നേനെ. ഉണ്ണിക്കുട്ടൻ ദീർഘമായ് നിശ്വസിച്ചു.

എന്തായാലും യു പി സ്കൂളിൽ ഈയൊരവസരമേയുള്ളൂ. ഇക്കുറിയെങ്കിലും കലോത്സവത്തിൽ സമ്മാനം നേടണം. ക്ലാസിൽ പതിവായ് സമ്മാനം നേടുന്ന വിരുതൻമാരുണ്ട്. മോണോആക്ടിന് സുന്ദരൻ, ലളിതഗാനത്തിന് അനുമോളും വിമീഷും, മിമിക്രിക്കും മാപ്പിളപാട്ടിനും സ്ഥിരം സബീറാണ്.

ആ പഹയൻ മിമിക്രിക്കാരനായ് ജനിച്ചതാണെന്ന് തോന്നും. അവന്റെ ഇക്കാക്ക കുഞ്ഞലവിയുമതേപോലെതന്നെ. തവള കരയുന്നതിന്റെയും പട്ടി മോങ്ങുന്നതിന്റെയുമൊക്കെ ശബ്ദം കേൾക്കണം! ശരിക്കും അതുതന്നെ. പിന്നെ സിനിമാനടൻ മമ്മൂട്ടിയുടെ ശബ്ദം. മോഹൻലാലിന്റെ അത്ര പോരാ.

മിമിക്രി ഈ ജന്മത്തിൽ തലകുത്തി നിന്നാലും തന്നെക്കൊണ്ടാവില്ല. അതുറപ്പാണ്. മോണോആക്ടും വയ്യ. ഒന്നാമത് ഒറ്റയ്ക്ക് സ്റ്റേജിൽ നിന്നാൽ കൈയുംകാലും വിറയ്ക്കും. കണ്ണിലിരുട്ട് കേറുന്നതുപോലെ തോന്നും. ടാബ്ലോയും നാടകവും കൂട്ടുസംരംഭമാണ്. അവിടെ ആ പ്രശ്നം തോന്നാറില്ല. പക്ഷേ, എല്ലാവരുടേയും പ്രകടനം മെച്ചപ്പെട്ടാലേ അതിന് സമ്മാനം കിട്ടൂ. നാടകത്തിൽ ഡയലോഗ് തെറ്റിപ്പോകൽ സ്ഥിരം പ്രശ്നമാണ്. എന്തായാലും ഇപ്രാവശ്യം അതിനൊക്കെ ഒരു പരിഹാരം കാണണം. ഒറ്റ സമ്മാനം മാത്രം മതി. എന്നിട്ട് വേണം വെക്കേഷന് അക്കിക്കാവിൽ പോകുമ്പോൾ നന്ദിനിക്കുട്ടിയുടെ മുന്നിലൊന്ന് ഞെളിഞ്ഞ് നില്ക്കാൻ. നന്ദിനിക്കുട്ടിയുടെ വീട്ടിൽ നിറയെ അവൾക്ക് കലോത്സവത്തിന് സമ്മാനം കിട്ടിയ മെഡലും സർട്ടിഫിക്കറ്റുകളുമാണ്. കൈയും കണക്കുമില്ല. അവൾ തന്നേക്കാൾ ഒരു

ക്ലാസിന് താഴെയാണ്. പക്ഷേ, കഴിവിന്റെയും പഠിപ്പിന്റെയും കാര്യത്തിൽ തന്നേക്കാൾ മുന്നിലും. ഷാരിയേക്കൽ ഭഗവതീ, ഞാൻ വിചാരിച്ചത് നടത്തിത്തരണേ. എന്നാ അമ്മയോട് പറഞ്ഞ് ദേവിക്കൊരു ഗുരുതിയും വിഘ്നേശ്വരന് നാളികേരവും. മാത്ര മല്ല അലിക്കുട്ടി പറഞ്ഞുതന്ന ഒരൈഡിയയുമുണ്ട്. തെക്കേ അങ്ങാടിയിലെ പള്ളിപ്പറമ്പിൽ തങ്ങളുപ്പാപ്പന്റെ ജാറമുണ്ട്. തങ്ങ ളുപ്പാപ്പാന്റെ നേർച്ചപ്പെട്ടിയിൽ പണമിട്ടാൽ മനസ്സിൽ വിചാരിച്ച കാര്യം നടക്കുമത്രെ! അലിക്കുട്ടി തന്നോടൊപ്പം ആറാംക്ലാസിൽ തോല്ക്കേണ്ടതായിരുന്നു. ജയിച്ചതെന്തുകൊണ്ട്? തങ്ങളുപ്പാപ്പ! ഓന്റെ ഖൽബിലെ കരളായ മുംതാസ് ഓനെ പ്രേമിക്കാൻ തുട ങ്ങിയതും തങ്ങളുപ്പാപ്പാന്റെ കഴിവുതന്നെ. താൻ കൊടുത്ത ഒരു രൂപ അലിക്കുട്ടി നേർച്ചപ്പെട്ടിയിലിട്ടിട്ടുണ്ട്. ഇക്കുറി സംഭവം നട ക്കും. തീർച്ച.

"എടാ ഉണ്ണിക്കുട്ടാ." അമ്മയുടെ വിളിയാണ്.

"ഞാനിവിടെയുണ്ട്." ഉണ്ണിക്കുട്ടൻ മേലേപ്പറമ്പിൽനിന്നും വിളിച്ചു പറഞ്ഞു.

"ഇങ്ങ് വാ വേഗം."

ഉണ്ണിക്കുട്ടൻ വാരിക്കൂട്ടിയ പറങ്കിയണ്ടിയെല്ലാം സഞ്ചി യിലാക്കി വീട്ടിലേക്ക് ചെന്നു.

സംഭവം ഗുരുതരമാണ്. കുഞ്ഞാട് പ്രസവിക്കാൻ കിടക്കു കയാണ്, രണ്ടാമത്തെ പേറാണ്. കിടന്ന് മുരളുകയും മുക്കുകയു മൊക്കെ ചെയ്യുന്നുണ്ടെങ്കിലും കുട്ടി പുറത്തേക്ക് ചാടുന്നില്ല.

സംഗതി രക്ഷസ്സിന്റെയോ ഗുളികന്റെയോ ഉപദ്രവാണെന്ന് നാല്ക്കാലികളുടെ ലക്ഷണം നോക്കാനറിയുന്ന വള്ളിയമ്മ ഉപ ദേശിച്ചപ്പോൾ അമ്മ അവർക്ക് പണമുഴിഞ്ഞുവെച്ചിട്ടുണ്ട്. പക്ഷേ, എന്നിട്ടും പ്രസവം നടക്കുന്നില്ല. മാത്രമല്ല ഇപ്പോൾ ആട്ടിൻകു ട്ടിയുടെ കുളമ്പ് പുറത്തേക്ക് കാണുന്നുണ്ട്. അതത്ര നല്ല ലക്ഷ ണമല്ല. തലയാണാദ്യം വരേണ്ടത്. കുഞ്ഞാടിന്റെ കരച്ചിലിലും പന്തികേടുണ്ട്. വള്ളിയമ്മയത് സൂചിപ്പിച്ചപ്പോൾ അമ്മയ്ക്ക് പരി ഭ്രമമായി. ഇനി മൃഗാശുപത്രിയിൽപോയി ഡോക്ടറെ കൊണ്ടു വരണം. ഈ സ്ഥിതിയിൽ കുഞ്ഞാടിന് വല്ലതും പറ്റുമോ എന്ന പേടിയുമുണ്ട്.

ഉണ്ണിക്കുട്ടൻ മയമില്ലാതെ കരയുന്ന കുഞ്ഞാടിന്റെ വായിൽ ഒരു പറങ്കിമാങ്ങ വെച്ചുകൊടുത്തു. കുഞ്ഞ അത് തിന്നാതെ തട്ടിക്കളഞ്ഞു. അതിനർത്ഥം കുഞ്ഞയ്ക്ക് എന്തോ കുഴപ്പമുണ്ട് എന്നാണെന്ന് ഉണ്ണിക്കുട്ടൻ ഊഹിച്ചു. അല്ലെങ്കിൽ എപ്പോ അവൾ പറങ്കിമാങ്ങ തിന്നു എന്നു ചോദിച്ചാമതി. പറങ്കിമാങ്ങ കുഞ്ഞാടിനത്രയ്ക്കിഷ്ടമാണ്. എത്രകിട്ടിയാലും തട്ടും.

"ഉണ്ണിക്കുട്ടൻ റെഡിയാക്, നമുക്കക്കരെ ആശുപത്രീ പോണം."

അമ്മ പറഞ്ഞപ്പോൾ ഉണ്ണിക്കുട്ടൻ വേഗം ട്രൗസർമാറ്റി മുണ്ടും ഷർട്ടുമെടുത്തിട്ടു.

"വള്ളിയമ്മേ ഞാൻ വരുന്നവരെ നോക്കണേ."

വള്ളിയമ്മയെ ഏല്പിച്ച ശേഷം, ഇറങ്ങാൻ നേരം കുഞ്ഞാടിന്റെ മുതുകിലുഴിഞ്ഞ് അമ്മ അവളോടും പറഞ്ഞു:

"ഒന്നൂല്ല പൊന്നേ. ഞാൻ വേഗം ഡോക്ടറുമായ് വരാം. പേടിക്കണ്ട, പേടിക്കണ്ട." കുഞ്ഞാട് തലയാട്ടി.

ഉണ്ണിക്കുട്ടനും അമ്മയും പുറത്തേക്കിറങ്ങി. പുഴ കടന്ന് തെങ്ങിൻതോപ്പിലൂടെ കുറേ നടന്ന് പാടവും കടന്നാൽ ഒരങ്ങാടിയുണ്ട്. മണ്ണിയംപെരുമ്പലം. അവിടെയാണ് മൃഗാശുപത്രി. ഇപ്പോൾ പുഴയിൽ വെള്ളം കുറവായതുകൊണ്ട് നില കടക്കാം. അമ്മയോടൊപ്പം മുമ്പും ഉണ്ണിക്കുട്ടൻ അവിടേക്ക് പോയിട്ടുണ്ട്. അന്ന് വർഷക്കാലമായതുകൊണ്ട് വഞ്ചിയിലാണ് പോയത്.

ഉണ്ണിക്കുട്ടന് അക്കരയ്ക്ക് പോകാൻ ഇഷ്ടമാണ്. കുഞ്ഞാടിനോടുള്ള സ്നേഹം മാത്രമല്ല അതിന് കാരണം! ഈ വഴിയിലൂടെയാണ് അക്കിക്കാവെന്ന അവന്റെ അച്ഛൻ വീട്ടിലേക്ക് പോകുക. കുളിര് നിറഞ്ഞ ഇടവഴിയിലൂടെ, കൊയ്തൊഴിഞ്ഞ പാടങ്ങളിലൂടെ. ഈ അങ്ങാടിയിൽ നിന്നാണ് അവിടേക്കുള്ള ബസും കയറുക. അതുകൊണ്ട് ഈ യാത്ര രസകരമായ കുറേ ഓർമ്മകൾ തരും. കാരണം അക്കിക്കാവെന്നാൽ ഉണ്ണിക്കുട്ടന് സ്വർഗ്ഗമാണ്.

## രണ്ട്

**എ**ന്തിനായിരുന്നു അച്ഛൻ അത്രയും നല്ല സ്ഥലം വിട്ടിട്ട് അമ്മവീടിനടുത്ത് വീട് വെച്ചതെന്ന് ഉണ്ണിക്കുട്ടന് എത്ര ആലോ

ചിച്ചിട്ടും പിടികിട്ടുന്നില്ല. സ്കൂളിൽ മറ്റു കുട്ടികളെല്ലാം അച്ഛൻ വീട്ടുകാരാണ്. ഉണ്ണിക്കുട്ടനും മണികണ്ഠദാസും മാത്രമാണ് അമ്മ വീട്ടുകാർ. മണികണ്ഠദാസ് നായരാണ്. അവരുടെ ജാതിയിൽ അങ്ങനെ പതിവുണ്ടത്രേ. പക്ഷേ, ആശാരിമാരിൽ തന്റെ അച്ഛൻ മാത്രമാണ് ഇങ്ങനെയൊരു വേണ്ടാതീനം ചെയ്തിട്ടുള്ളത് എന്നാണ് ഉണ്ണിക്കുട്ടന്റെ കണ്ടെത്തൽ. എന്തായാലും മോശമായിപ്പോയി. അല്ലെങ്കിൽ താനിപ്പോ അക്കിക്കാവിലായേനെ. ഉണ്ണിക്കുട്ടനെ സംബന്ധിച്ച് ഇവിടത്തേക്കാൾ എല്ലാം കൊണ്ടും മെച്ചം അവിടെയാണ്. പുഴയില്ലായിരിക്കാം, എന്നാലും അവിടെയാണ് രസം. സിനിമാടാക്കീസ് അടുത്തുണ്ട്. ആഴ്ചയിൽ മാറുന്ന മിക്ക സിനിമകളും നന്ദിനിക്കുട്ടി കാണുന്നുണ്ട്. സിനിമയ്ക്ക് പോകുമ്പോൾ ടാക്കീസിനടുത്തുള്ള ഹോട്ടലിൽനിന്ന് മസാലദോശ കഴിക്കുന്നു. ചിലപ്പോൾ പഴംപൊരി. ഇവിടെ കൊല്ലത്തിലൊരു സിനിമയ്ക്ക് പോയാലായി. ഇവിടത്തെ പൂരത്തിന് വെടിക്കെട്ടും ആനയുമില്ല. മാത്രമല്ല പൂരത്തിന് ഇറച്ചിയോ മീനോ പാടില്ല. അവിടെ പൂരത്തിന് സ്രാവുകറി വെക്കാത്ത വീടില്ല.

അക്കിക്കാവിലേക്ക് പോകാനുള്ള വഴിയൊക്കെ ഉണ്ണിക്കുട്ടനറിയാം. പുഴയും തെങ്ങിൻതോപ്പും കഴിഞ്ഞ് മുളങ്കൂട്ടങ്ങൾക്കിടയിലൂടെയുള്ള ഇടവഴി അവസാനിക്കുന്നത് പണ്ട് പെരുന്തച്ചൻ മുഴക്കോൽ മറന്നുവെച്ചു എന്ന ഐതിഹ്യമുള്ള ഒരു ക്ഷേത്രത്തിനടുത്താണ്. അവിടെ ബസ്സ്റ്റോപ്പുണ്ട്. പിന്നെ കുറേ നേരത്തേ ബസ്യാത്ര! ഒരിക്കലും അവസാനിക്കരുതേയെന്ന് മോഹിക്കുന്ന യാത്ര. പിന്നിൽ ഓടിയൊളിക്കുന്ന പൂമരങ്ങൾ, കുന്നുകൾ, വയലുകൾ. ചില സ്ഥലങ്ങളിലെത്തിയാൽ അച്ഛൻ അമ്മയ്ക്ക് പരിചയപ്പെടുത്തുന്നത് കേൾക്കാം. 'ഇവിടെയാണ് മമ്മൂട്ടിയുടെ സിനിമയുടെ ഷൂട്ടിങ് നടന്നത്.' 'ഇതാണ് പണ്ട് ഒടിയനെ പിടിച്ച് സത്യം ചെയ്തുവിട്ട സ്ഥലം.' 'ഈ ക്ഷേത്രത്തിൽ വെച്ചാണ് കേശവൻ എന്ന കൊമ്പനാനയ്ക്ക് മദമിളകിയത്.' ഇത്തരം കാര്യങ്ങളെല്ലാം അവിടെയേ നടക്കൂ.

കൊതിതീരും മുമ്പേ ബസ് യാത്ര തീർന്നുപോകുന്നു. ശേഷം കണ്ണൻമീനുകൾ പുളയ്ക്കുന്ന തോട്ടുവരമ്പത്തുകൂടെ നടക്കണം. തോട്ടിന് കുറുകെയിട്ട വണ്ണിച്ച തെങ്ങിലൂടെ നടക്കുമ്പോൾ

സൂക്ഷിക്കണം. അമ്മയ്ക്കിപ്പോഴും പേടിമാറിയിട്ടില്ല. അക്കിക്കാവിൽ, ഓലമേഞ്ഞ ആ വീട്ടിൽ കുറേപേർ സ്നേഹപൂർവ്വം ഉണ്ണിക്കുട്ടനെ കാത്തിരിക്കുന്നു. ചെറിയച്ഛൻ, അച്ഛൻപെങ്ങൾ, അച്ഛ

മ്മ, അമ്മായി, നന്ദിനിക്കുട്ടിയും കണ്ണനും, പിന്നെ കുറേ പൂച്ചകൾ, പശുക്കൾ, ആടുകൾ, ഒരു നായ്ക്കുട്ടി, കോഴികൾ. കോഴികളെ റാഞ്ചാൻ കവുങ്ങിൻതോട്ടങ്ങൾക്കിടയിൽ പതുങ്ങിയിരിക്കുന്ന എറളാടിയും ഔക്കനും. മുട്ടിക്കുടിയൻ മാമ്പഴങ്ങൾ പൊഴിക്കുന്ന മാവുകളും, തേൻവരിക്കപ്ലാവും ഓർക്കാപ്പുളിമരങ്ങളും. പേടിപ്പെടുത്തുന്ന ഒരു കാര്യമുണ്ട്. അത് സന്ധ്യക്ക് കാവിൽ നിന്ന് അണലിപാമ്പുകൾ വായ് പൊളിക്കുമ്പോഴുള്ള ദുർഗന്ധമാണത്രെ! തോട്ടങ്ങളിലെ ഇരുട്ടിൽ നിലാവ് പടരുമ്പോൾ രൂപമെടുക്കുന്ന ചില വിചിത്രരൂപങ്ങൾ. സുരക്ഷിതവലയത്തിനുള്ളിൽ കോരിത്തരിപ്പിക്കുന്ന സുഖമുള്ള പേടി! ഉറങ്ങാൻ കൂട്ടംകൂടി പുതച്ചുകിടക്കുമ്പോൾ ഓലപ്പുരയിൽ മഴ പെയ്യാൻ ആശിക്കുന്നു. മേല്ക്കൂരയിൽനിന്ന് എന്തോ താഴെവീണ് തങ്ങളുടെ ദേഹത്തുകൂടി അരിച്ചുപോകുന്നു. ഉണ്ണിക്കുട്ടൻ അനങ്ങാതെ കിടക്കുന്നു. ഇടനാഴിയിൽനിന്ന് പൂച്ചയുടെ വെപ്രാളപ്പെട്ട ശബ്ദം. പുറത്തെ നായക്കുട്ടി അതേറ്റു പിടിക്കുന്നു. അതെന്തിനെയോ വേട്ടയാടുന്നു. കോഴിക്കൂട്ടിൽനിന്നും കോഴികളും പോരടിച്ച് ശബ്ദമുണ്ടാക്കുന്നു. ജനാലയുടെ വിടവിൽനിന്ന് ചാരനെപ്പോലെ വരുന്നു ഒരു മിന്നാമിനുങ്ങ്. അതാരെയോ തിരയുന്നു. ഉണ്ണിക്കുട്ടൻ കണ്ണുകൾ ഇറുകെയടച്ച് പുതപ്പിനുള്ളിലേക്ക് പരമാവധി ചുരുങ്ങുന്നു. ജിജ്ഞാസ കൊണ്ട് മൂത്രം ചുടുന്നു. വേഗത്തിലാവുന്ന ഹൃദയതാളം. എല്ലാം പതുക്കെ ശാന്തമാകുന്നു. ഉറക്കം; സുഖകരമായ ഉറക്കം.

അറ്റം കാണാത്ത കിണർ. അതിന് ചുറ്റും ആൾമറ സൃഷ്ടിക്കുന്ന പുളിരസമുള്ള ഇലകളും നേർത്ത മുള്ളുകളുമുള്ള ചെടികൾ. പളുങ്കുപോലെത്തെ വെള്ളം. രാവിലെ നിരയായ് നിർത്തിയ കുട്ടികളുടെ മേൽ പാളത്തൊട്ടിയിൽ വെള്ളംകോരി അച്ഛമ്മ ഒരുമിച്ചുതിർക്കുന്നു. ഇക്കിളികൊണ്ട് നിലവിളിക്കുന്നു. ദേഹം മുഴുവൻ തഴമ്പുള്ള കൈകൊണ്ട് അച്ഛമ്മ ചന്ദ്രികാസോപ്പ് പതപ്പിക്കുന്നു. പിന്നെ വീഴുന്ന വെള്ളത്തിന് ചൂടാണ്. പ്രാതൽ വളരെ നേരത്തേയായതുകൊണ്ട് പത്തുമണിക്ക് മുമ്പേ വിശപ്പു തുടങ്ങും. കളികളുടെ ക്ഷീണവുമാണ്. പത്തുമണിക്ക് നാളികേരം ചിരകിയിട്ട കുത്തരിക്കഞ്ഞി. പ്ലാവിലയിൽ ഈർക്കിൽ കുത്തി

കുമ്പിളാക്കി കുടിക്കണം. ചുട്ട പപ്പടവും, ചെറിയച്ഛൻ തോട്ടിൽ നിന്ന് ചൂണ്ടലിട്ട് പിടിച്ചുകൊണ്ടുവന്ന കണ്ണൻമീൻ മുളകിട്ടതും. ചെളുക്ക കളഞ്ഞ മീൻ കഷ്ണിക്കാതെ അതുപോലെ വേവി ക്കുകയാണ്. ചാറ് ഈമ്പിക്കുടിക്കണം. എന്താ കറിയുടെ സ്വാദ്!

പൂരങ്ങളുടെ നിറവാണവിടം. വെക്കേഷൻ സമയത്തുതന്നെ മൂന്ന് പൂരങ്ങളുണ്ട്. കാൽനടയായാണ് മിക്കയിടങ്ങളിലേക്കും പോകുക. ആന, അമ്പാരി, വെടിക്കെട്ട്, കാളവരവുകൾ. രാത്രി നാടകമോ ബാലെയോ ഉണ്ടാകും. എല്ലാം ആഘോഷിച്ച് ഉറക്ക ച്ചടവിൽ വീട്ടിലെത്തുമ്പോൾ സ്വർഗ്ഗം പൂകിയപോലെയാണ്. പിറ്റേന്ന് തിന്നുതീർക്കേണ്ട ഉത്സവപലഹാരങ്ങളുടെ മാധു ര്യത്തെ താലോലിച്ച് ഉറങ്ങുന്നു; നേരത്തേയുണരാൻ, വീണ്ടും തിമിർക്കാൻ.

അക്കിക്കാവിൽനിന്ന് മടങ്ങിപ്പോരാൻ നേരം അച്ഛമ്മയും ചെറിയച്ഛനും ഉണ്ണിക്കുട്ടന് പൈസ കൊടുക്കും. കളിപ്പാട്ടങ്ങൾ വാങ്ങിത്തരും. തിരവെച്ച് പൊട്ടിക്കാനുള്ള തോക്ക്, ബ്ലാഡറുള്ള പന്ത്, സിനിമാനടൻമാരുടെ ഫോട്ടോകൾ....

എന്തുകൊണ്ടാണ് കൂടുതൽ രസം അക്കിക്കാവിലെന്ന് ഉണ്ണി ക്കുട്ടനറിയില്ല. അവന്റെ വീടിന് തൊട്ടുതാഴെ തറവാട്ടിൽ മുത്ത ശ്ശിയും അമ്മാമയുമൊക്കെയുണ്ട്. അവർക്കൊക്കെ ഉണ്ണിക്കുട്ടനെ ഇഷ്ടവുമാണ്. പക്ഷേ, എന്നാലും.....!

അക്കിക്കാവിലെ വിലാസം ഉണ്ണിക്കുട്ടൻ മന:പാഠമാക്കിവെ ച്ചിട്ടുണ്ട്.

'നന്ദിനിക്കുട്ടി, C/o. കുഞ്ഞമ്മപെരച്ചൻ, അക്കിക്കാവ് വീട്, നീലിയാട്, വട്ടംകുളം പോസ്റ്റ്! എന്തിനാണന്നല്ലേ? വെക്കേഷന് പോകുന്നതുവരെ കാത്തിരിക്കാൻ വയ്യ! കലോത്സവത്തിന് സമ്മാനം കിട്ടിയാൽ നന്ദിനിക്കുട്ടിയെ കത്തെഴുതി അറിയിക്കണം. അങ്ങനെ താനും മോശക്കാരനല്ലാന്ന് അവരറിയണം; ഒരിക്കലെങ്കിലും.

## മൂന്ന്

**മ**ണ്ണിയംപെരുമ്പലത്തിൽനിന്നും ബാവഡോക്ടർ എത്തി യിട്ടും കുഞ്ഞാടിന്റെ കുട്ടിയെ രക്ഷിക്കാനായില്ല. അത് ഗർഭപാ

ത്രത്തിൽ വെച്ചുതന്നെ ചത്തിരുന്നു. പുറത്തേക്കുന്തിനിന്നിരുന്ന കുളമ്പിൽപിടിച്ച് ഡോക്ടർ ചത്ത കുട്ടിയെ പുറത്തേക്കെടുത്തപ്പോൾ കുഞ്ഞാട് ഉറക്കെയുറക്കെ കരഞ്ഞു. ഇതിന് മുമ്പ് കുഞ്ഞ പെറ്റത് ഒരു കൊറ്റനെയായിരുന്നു. ഉണ്ണിക്കുട്ടനാണതിന് പേരിട്ടത്. ടുട്ടു; ടുട്ടുമോൻ. ടുട്ടു വലുതായപ്പോൾ അമ്മ പുന്നാരമൊക്കെ മറന്ന് തനി കച്ചവടക്കാരിയായി. അറവുകാരന് വിറ്റു. ആ വകയിലാണ് അമ്മ സ്വർണ്ണത്തിന്റെ മൂക്കുത്തി വാങ്ങിയത്. കുഞ്ഞയുടെ അടുത്ത കുട്ടിയെ വിറ്റ് ചിലതെല്ലാം വാങ്ങാൻ അമ്മ പ്ലാനിട്ടിരുന്നു. എന്തായാലും അത് മുടങ്ങി. താഴെ ഉണ്ണിക്കുട്ടന്റെ തറവാട്ടിലും ആടുകളേറെയുണ്ട്. അവയെല്ലാം പ്രസവിക്കുമ്പോഴും കുട്ടികൾക്ക് പേരിടുക ഉണ്ണിക്കുട്ടനാണ്. കമലു, ലല്ലുട്ടൻ, നരിക്കുട്ടൻ, സുന്ദരി, മണിക്കുട്ടി, ജിത്തു, മണിമോൾ, കുഞ്ഞുട്ടി, കളവാണി തുടങ്ങി വ്യത്യസ്ഥമായ പേരുകളാണ് ഉണ്ണിക്കുട്ടനിടുക. ഉണ്ണിക്കുട്ടൻ വലുതാകുന്നതിന് മുമ്പ് ഉണ്ടായിരുന്ന എല്ലാ ആട്ടിൻകുട്ടികൾക്കും കുട്ടൻ എന്നും മാളു എന്നുമാണ് അമ്മയും മുത്തശ്ശിയും പേരിട്ടിരുന്നത്. അവർക്ക് ഭാവന പോരാ. ആട്ടിൻകുട്ടികൾക്കിടാൻ പറ്റിയ പേരുകളെല്ലാം ഉണ്ണിക്കുട്ടന് പറഞ്ഞുകൊടുത്തത് അക്കിക്കാവിലെ അച്ഛമ്മയാണ്. ആ രഹസ്യം ഇവിടെയാർക്കും അറിയില്ല. ഇനിയും പത്തിരുപത് പേരുകൾ കൈയിൽ സ്റ്റോക്കുണ്ട്. സമയമാവുമ്പോഴേ ഉണ്ണിക്കുട്ടനത് പുറത്തെടുക്കൂ.

ചത്ത കുട്ടിയെ ഉണ്ണിക്കുട്ടനും അമ്മയുംകൂടി മേലേപറമ്പിൽ കൊണ്ടുപോയി കുഴിച്ചിട്ടു. കുഞ്ഞാട് കരച്ചിലോട് കരച്ചിലാണ്. ജഡം കൊണ്ടുപോകുമ്പോൾ കുഞ്ഞ കയറ്പൊട്ടിച്ച് അവരോടൊപ്പം പോകാനും നോക്കി. അമ്മയും കുഞ്ഞും തമ്മിലുള്ള ബന്ധം മനുഷ്യരിൽ മാത്രമല്ല മൃഗങ്ങളിലും പക്ഷികളിലുമെല്ലാം ഒരുപോലെയാണെന്ന് ഉണ്ണിക്കുട്ടനറിയാം.

സന്ധ്യക്കാണ് കുഞ്ഞാട് ഒന്ന് ശാന്തയായത്. അപ്പോഴവൾ പുല്ല് തിന്നാനും വെള്ളം കുടിക്കാനുമൊക്കെ തുടങ്ങി. ഉണ്ണിക്കുട്ടൻ മേലേപറമ്പിൽനിന്നും കാറയിലയും പറങ്കിമാങ്ങയും പറിച്ച് ആടിന് കൊടുത്തു.

വീർത്തുമുട്ടിയ കുഞ്ഞാടിന്റെ മുലകൾ കറക്കാൻ വള്ളിയമ്മ പിറ്റേന്ന് വന്നു. അതൊരു കാര്യമായി. ഏതായാലും മുല കറ

ന്നുകളയണം. വള്ളിയമ്മയ്ക്കൊരു പുന്നാരനായയുണ്ട്. മക്കളും കൂട്ടരുമില്ലാതെ ഒറ്റയ്ക്ക് കഴിയുന്ന വള്ളിയമ്മയുടെ കൂട്ടാണ് 'ലാലു' എന്ന ആ നായ. അപരിചിതരെ ആരെങ്കിലും വള്ളിയമ്മയുടെ പറമ്പിലേക്ക് കാലുകുത്താൻ ലാലു കൂട്ടാക്കില്ല. അത്രയും കൂറാണവന്. വള്ളിയമ്മ എങ്ങോട്ടുപോകുമ്പോഴും ലാലുവിനേയും കൊണ്ടുപോകും. അക്കിക്കാവിനടുത്തുള്ള വള്ളിയമ്മയുടെ അനിയത്തിയുടെ വീട്ടിലേക്ക് വിരുന്ന് പോകുമ്പോഴും ലാലുവിനെ കൊണ്ടുപോകാറുണ്ട്. മൂന്നാലുദിവസം മുമ്പ് വള്ളിയമ്മയോടൊപ്പം പുഴയിൽ കുളിക്കാൻ പോയ ലാലുവിനെ കുറേ തെരുവുനായ്ക്കൾ സംഘം ചേർന്നു ആക്രമിച്ചു. മനുഷ്യരോടിണങ്ങി കഴിയുന്ന സ്വന്തം വർഗ്ഗക്കാരെ അവറ്റയ്ക്ക് ദേഷ്യമാണല്ലോ. ഒരുപക്ഷേ, അസൂയയാകാം. അന്ന് ലാലുവിന്റെ ദേഹം മുഴുവൻ മുറിവുപറ്റി. ഒരു ചെവി അവർ കടിച്ചുപറിച്ചു. എന്നാലും പിന്തിരിഞ്ഞോടാതെ ലാലു അവരോട് പോരാടിയത് തനിക്ക് ചീത്തപ്പേര് കേൾക്കാതിരിക്കാനാണെന്നാണ് വള്ളിയമ്മ പറയുന്നത്. ആ പരിക്കും ക്ഷീണവുമൊന്നും ലാലുവിന് മാറിയിട്ടില്ല. കട്ട് പോകാത്ത ആട്ടിൻപാല് കുടിച്ചാൽ എല്ലാം പഴയതുപോലെയാകും. എന്തായാലും കുറച്ച് ദിവസത്തേക്ക് ലാലുവിന് കുശാലായി.

മറ്റ് ആടുകളെപ്പോലെയല്ല. കുഞ്ഞാടിനെ ആർക്കുവേണമെങ്കിലും കറക്കാം. അത്രയും നല്ല സ്വഭാവമാണ്. അമ്മ അതൊരു വലിയ കാര്യമായി എല്ലാവരോടും പറയുന്നതും ഉണ്ണിക്കുട്ടൻ കേട്ടിട്ടുണ്ട്.

പാല് കറന്ന് പാത്രത്തിലാക്കി വള്ളിയമ്മ അമ്മയോട് കുറച്ചുനേരമിരുന്ന് ഞായം പറഞ്ഞു. പ്രധാനമായും ലാലുവിന്റെ വിശേഷം തന്നെ. വള്ളിയമ്മ ലാലുവിനെ പുകഴ്ത്തുമ്പോൾ അമ്മ പതിവുപോലെ കുഞ്ഞാടിനെയും പൊക്കിവെച്ചു. അപ്പോഴൊക്കെ പല്ലുവേദനിക്കുന്നുവെന്ന് പറഞ്ഞ് വള്ളിയമ്മ പല്ലിന്റെ ഇടകളിൽ കോലിട്ട് കുത്തുകയും പൊത്തുകളിൽ പുകയില അരിഞ്ഞ് നിറയ്ക്കുന്നതും ഉണ്ണിക്കുട്ടൻ ശ്രദ്ധിച്ചു. വള്ളിയമ്മയുടെ എരിപൊരിസഞ്ചാരം ഉണ്ണിക്കുട്ടന് രസമായാണനുഭവപ്പെട്ടത്. തന്റെ പല്ലുകളിൽ പൊത്തുകളുണ്ടാകാനും അതിലെല്ലാം

പുകയില നിറയ്ക്കാനും അവന് തോന്നി. മുതിർന്നവർ ചെവിയിൽ നിന്ന് ചെപ്പി തോണ്ടിയെടുക്കുമ്പോഴും അവന് അതുപോലെ ചെയ്യാൻ തോന്നും.

ഒരിക്കൽ അമ്മയോടത് സൂചിപ്പിച്ചപ്പോൾ അമ്മ അവനെ ചീത്ത പറഞ്ഞു. വലിയവരെപ്പോലെ കുട്ടികൾ ചെവിയിൽ കോലിട്ടാൽ ചെവി പൊട്ടിപ്പോകുമെന്നും ചെവിയുടെ പാട കുട്ടികളിൽ വളരെ അടുത്താണിരിക്കുന്നതെന്നും അമ്മ ഉപദേശിച്ചു. അതുപോലെ പല്ലുവേദന അസഹ്യമാണെന്നും അമ്മ പറഞ്ഞ് മനസ്സിലാക്കിക്കൊടുത്തു. മുറുക്കലും, ശരിയായ പല്ല് തേയ്ക്കാത്തതുകൊണ്ടുമാണ് വള്ളിയമ്മയിതനുഭവിക്കുന്നതെന്നും ചെറുപ്പത്തിലെ ഉണ്ണിക്കുട്ടനത് ശ്രദ്ധിച്ചോളണമെന്നും അമ്മ കൂട്ടിച്ചേർത്തു.

വള്ളിയമ്മ പോയി കുറച്ചുകഴിഞ്ഞപ്പോൾ അച്ഛൻ വന്നു.

ഉണ്ണിക്കുട്ടൻ അച്ഛന്റെയടുത്തേക്കോടി. രാവിലെ അവനേറ്റവും ഇഷ്ടപ്പെട്ട ഈത്തപ്പഴം കൊണ്ടുവരാൻ പറഞ്ഞേല്പിച്ചിരുന്നു.

പക്ഷേ, അച്ഛനടുത്തെത്തിയപ്പോൾ അവൻ നിരാശനായി. കയ്യിൽ പൊതിയൊന്നുമില്ല. അച്ഛൻ പറ്റിച്ചിരിക്കുന്നു. ഉണ്ണിക്കുട്ടന് സങ്കടമായി. അച്ഛൻ ഉമ്മറത്തെ കസേരയിലിരുന്നപ്പോൾ അവൻ പതിവുപോലെ അടുത്തേക്ക് പറ്റിച്ചേരാനൊന്നും കൂട്ടാക്കിയില്ല. അച്ഛൻ അവനെ പരീക്ഷിക്കാനെന്നോണം കുറച്ചുനേരം ഒന്നും മിണ്ടാതിരുന്നു. പിന്നെ പോക്കറ്റിൽ നിന്നും ഒരു സാധനമെടുത്ത് അവനെ അരികിലേക്ക് വിളിച്ചു. ഉണ്ണിക്കുട്ടൻ ഓടിച്ചെന്നു. അച്ഛനത് ഉണ്ണിക്കുട്ടന് നേരെ നീട്ടി. ദരിദ്രനും ഏഴാംക്ലാസുകാരനുമായ അവനെ സംബന്ധിച്ച് അമൂല്യമായ മുതലായിരുന്നു അത്.

ഒരു വാച്ച്!

## നാല്

**പി**റ്റേന്ന് വളരെ ഗമയോടെയാണ് ഉണ്ണിക്കുട്ടൻ സ്കൂളിലേക്ക് ചെന്നത്. ചെയിനിന്റെ അവസാന കണ്ണിയിൽ കൊളുത്തിയിട്ടും അവന്റെ മെലിഞ്ഞ കൈത്തണ്ടയിൽ വാച്ച് ഒരു വള പോലെ അയഞ്ഞുകിടന്നു. സമയം നോക്കാൻ സൂചിയല്ലാത്തതിനാൽ എളുപ്പമായിരുന്നു. പെട്ടെന്നാരെങ്കിലും ചോദിച്ചാൽ സൂചിനോക്കി സമയം ഗണിച്ചുപറയാൻ ഉണ്ണിക്കുട്ടന് പ്രയാസമാണ്.

ക്ലാസിൽ കുറച്ചുപേർക്കേ വാച്ചുള്ളൂ. അവരെല്ലാം ഗൾഫുകാരുടെ മക്കളാണ്. ആ നിരയിലേക്ക് താനുയർന്നതിൽ ഉണ്ണിക്കുട്ടന് അഭിമാനം തോന്നി. ഇപ്പോൾ കുട്ടികളെല്ലാം സവിശേഷമായവനെ ശ്രദ്ധിക്കുന്നുണ്ട്. വാച്ച് കെട്ടിയ കുട്ടിയല്ലേ, ഇവൻ ചില്ലറക്കാരനല്ലാ എന്ന ഭാവത്തിൽ. ക്ലാസിലെ കൊടുംവില്ലനായ 'പാൽപ്പൊട്ടൻ ഹൈദ്രോസ്' രണ്ടുവട്ടം അവനോട് സമയം ചോദിച്ചുകഴിഞ്ഞു. ചിരപരിചിതരെപ്പോലെ സമയം പറയാൻ ഉണ്ണിക്കുട്ടൻ ശീലിക്കുന്നുണ്ട്. അവന്റെ ആത്മമിത്രമായ സുകുവിന് ഒരുദിവസം വാച്ച് കെട്ടാൻ കടംകൊടുക്കുമോ എന്നാണറിയേണ്ടത്. ആലോചിക്കാം എന്നുണ്ണിക്കുട്ടൻ മറുപടി നല്കി

യിട്ടുണ്ട്. മറ്റുപലർക്കും ഉള്ളാലെ അങ്ങനെയൊരാഗ്രഹമുണ്ടെന്ന് ഉണ്ണിക്കുട്ടനറിയാം. കടന്നൽ കുത്തി നീരുവന്നവരെപോലെ മുഖം വീർപ്പിച്ചിരിക്കുന്ന അവൻമാർക്കെല്ലാം അസൂയയാണ്. അസൂയപ്പെടട്ടെ, എന്റച്ഛൻ ഒരേയൊരു മോനായ എനിക്ക് വാങ്ങിത്തന്ന മുതലാണിത്. വേറെയും വാഗ്ദാനങ്ങൾ അച്ഛൻ അവന് നല്കിയിട്ടുണ്ട്. ഹൈസ്കൂളിൽ ചേർന്നാൽ പാന്റ് വാങ്ങിത്തരും. കാപ്പിക്കളർ നിറത്തിലുള്ള പാന്റ് മതിയെന്ന് അവനിപ്പോഴേ പറഞ്ഞിട്ടുണ്ട്. ഹോ, പാന്റിട്ട് പോകുന്നതാലോചിക്കുമ്പോൾ നാണം തോന്നുന്നു. പാന്റിട്ടാൽ തന്നെ കാണാൻ ഭംഗിയുണ്ടാകുമോ! പാന്റ് എല്ലാവർക്കും ചേരില്ലത്രേ! അതിന് ഒരു പ്രത്യേക ലുക്കു വേണമെന്നാണ് പറഞ്ഞുകേൾക്കുന്നത്. ഉണ്ണിക്കുട്ടനാണെങ്കിൽ വളരെ മെലിഞ്ഞിട്ടുമാണ്. എന്താവുമോ എന്തോ!? ഏറ്റവും വലിയ സമ്മാനം അതൊന്നുമല്ല, ഒരു സൈക്കിൾ! അത് പത്താംക്ലാസ് ജയിച്ചാലേ വാങ്ങിത്തരൂ. പത്താംക്ലാസിലെത്തിയാൽ ടൗണിലെ പ്രശസ്തമായ പ്രതിഭാ ട്യൂട്ടോറിയലിൽ ചേർക്കാമെന്നും അച്ഛനേറ്റിട്ടുണ്ട്. അവിടെ പഠിപ്പ് മുഴുമിപ്പിച്ചവരാരും തോറ്റിട്ടില്ലത്രെ! എസ് എസ് എൽ സി എന്ന് കേൾക്കുമ്പോഴേ ഉള്ളിലൊരാന്തലുണ്ട്. ആറാംക്ലാസിൽ തോറ്റവനാണ്. പത്താംതരം ജയിച്ചാൽ ആ കുട്ടി നാട്ടിലെ ഹീറോയാണ്. വളരെ കുറച്ചുപേരാണ് ജയിക്കുക. നാടവരെയോർത്തഭിമാനിക്കും. അനുമോദനങ്ങളും സമ്മാനങ്ങളും കിട്ടും. അച്ഛനമ്മമാർക്ക് മക്കൾ അരുമകളാകും. ഉണ്ണിക്കുട്ടൻ കോളേജിൽ പോയി പഠിക്കാനൊന്നും ആഗ്രഹിക്കുന്നില്ല. അതിനുള്ള പാങ്ങൊന്നും അച്ഛനമ്മമാർക്കില്ല എന്ന് അവനിപ്പോഴേ അറിയാം. അതിലേറെ കോളേജിൽ പോകാനുള്ള ബുദ്ധി തനിക്കില്ലായെന്ന് അവൻ സ്വയം കരുതുന്നു. എന്നാലും പത്താംതരം ജയിച്ചാൽ അതൊരു മഹാകാര്യം തന്നെ. ഒരിക്കൽ ആശാരിമാർക്കിടയിൽ മൂത്താശ്ശാരിയായിരിക്കുമ്പോൾ തനിക്കതൊരു അന്തസ്സായിരിക്കും. എസ് എസ് എൽ സി പാസായ ഉണ്ണിക്കുട്ടനാശ്ശാരി! ഓർക്കുമ്പോൾ എന്തൊരു കുളിർമ്മ.

അന്ന് ക്ലാസിൽ രസകരമായ ഒരു സംഭവമുണ്ടായി. പുതിയ ഹിന്ദിടീച്ചർ ചാർജ്ജെടുത്ത ദിവസമായിരുന്നു. കാൽക്കൊല്ലപ്പരീക്ഷ ആയിട്ടും ഹിന്ദിക്ക് ടീച്ചറില്ലായിരുന്നു. അതുകൊണ്ട് ആ

പരീക്ഷയ്ക്ക് ചോദ്യങ്ങൾ ചോദിക്കുന്ന പതിവാണുണ്ടായത്. പത്മനാഭൻമാഷും ഹാജറടീച്ചറുമാണ് പരീക്ഷയ്ക്ക് വന്നത്. കുറേ ചോദ്യങ്ങളുണ്ടായി. ഉണ്ണിക്കുട്ടൻ ഭൂരിഭാഗവും തെറ്റിച്ചു.

"തുമാരാ നാം ക്യാ ഹെ?." എന്നായിരുന്നു ആദ്യത്തെ ചോദ്യം.

"തുമാരാ നാം ഉണ്ണികൃഷ്ണൻ ഹെ" എന്ന് ഉണ്ണിക്കുട്ടന്റെ മറുപടി. അത് ശരിയാണെന്ന് ഉണ്ണിക്കുട്ടനത്രയും ഉറപ്പായിരുന്നു. ഒരങ്കലാപ്പും അവനുണ്ടായില്ല.

പിന്നെ പേനയ്ക്ക് ഹിന്ദിയിൽ എന്താണ് പറയുക എന്നായി ഹാജറടീച്ചറുടെ ചോദ്യം.

"മലം." അതായിരുന്നു ഉണ്ണിക്കുട്ടന്റെ ഉത്തരം. ആ ചോദ്യം ചോദിക്കേണ്ടായിരുന്നു എന്നായി ഹാജറടീച്ചർക്ക്.

ഹിന്ദിയിൽ പത്തുവരെ എണ്ണാൻ പത്മനാഭൻമാഷ് പറഞ്ഞു.

"ഏക്, ദോ, തീൻ........" മൂന്നുവരെ എണ്ണി ഉണ്ണിക്കുട്ടൻ നിർത്തി.

അമ്മയ്ക്ക് എന്താണ് ഹിന്ദിയിൽ പറയുക എന്നായി

അടുത്ത ചോദ്യം.

"മാതാജി." ഉണ്ണിക്കുട്ടൻ എളുപ്പം ഉത്തരം പറഞ്ഞു. അവന് ഉത്സാഹമായി. പിതാവിന് എന്താണ് പറയുക എന്ന് പത്മനാഭൻമാഷ് ചോദിക്കാൻ ഉണ്ണിക്കുട്ടൻ കാത്തു. ഉണ്ടായില്ല. കട്ടിയുള്ള ചോദ്യങ്ങളായിരുന്നു പിന്നെ മുഴുവൻ. അവസാനം ഹാജറടീച്ചർ പൊയ്ക്കോളാൻ പറഞ്ഞു. മടങ്ങിയപ്പോൾ എന്തോ പറഞ്ഞവർ കളിയാക്കി ചിരിച്ചതായ് ഉണ്ണിക്കുട്ടന് തോന്നി. ഫലം വന്നപ്പോൾ ഉണ്ണിക്കുട്ടന് അൻപതിൽ അഞ്ചുമാർക്ക്. പൂജ്യം കിട്ടിയവരും ഉണ്ട്. പത്തിൽ കുറഞ്ഞ മാർക്ക് കിട്ടിയവരെല്ലാം ഹിന്ദിയിൽ തോറ്റതായി പത്മനാഭൻമാഷ് പറഞ്ഞു. അതിന് ശേഷം ഹിന്ദി എന്ന് കേട്ടാൽ ഉണ്ണിക്കുട്ടന് പേടിയാണ്. ഇംഗ്ലീഷ് പോലും ഇത്ര പ്രയാസമില്ല.

എന്തായാലും ഹിന്ദിയുടെ പിരീയഡിൽ കടങ്കഥ പറഞ്ഞും ചിത്രം വരച്ചും സുഖകരമായി കഴിഞ്ഞുകൊണ്ടിരുന്നപ്പോഴാണ് പുതിയ അദ്ധ്യാപികയുടെ വരവ്. ടീച്ചർ എല്ലാവരേയും നോക്കി സ്നേഹപൂർവ്വം പുഞ്ചിരിച്ചു. സാധാരണ അത് പതിവുള്ളതല്ല. പിന്നെ ഓരോരുത്തരോടായി പേര് ചോദിച്ചു. അതിന്ശേഷം തന്റെ പേര് അറിയേണ്ടേ എന്നായി ടീച്ചർ. കുട്ടികളെല്ലാം ഒരേ സ്വരത്തിൽ പറഞ്ഞു. "വേണം."

പേര് ബോർഡിൽ എഴുതിത്തരാമെന്ന് ടീച്ചർ. മതിയെന്ന് കുട്ടികൾ. ഹിന്ദിയിലേ പേർ എഴുതൂ എന്ന വാശിയിലായി ടീച്ചർ. അതിനാരും മറുപടി പറഞ്ഞില്ല.

ടീച്ചർ ബോർഡിൽ പേരെഴുതി. മൂന്നക്ഷരവും വള്ളിയും വരയുമൊക്കെയുണ്ട്.

പെൺകുട്ടികളിൽ മുൻപന്തിയിലെ ഏറ്റവും അവസാനമിരിക്കുന്ന സീനത്തിനോട് ടീച്ചറത് വായിക്കാൻ പറഞ്ഞു. സീനത്ത് നാണം കുണുങ്ങിനിന്നു. എന്തോ പറയണമെന്നവൾക്കുണ്ട്. പക്ഷേ, ഒന്നും പുറത്തേക്ക് വരുന്നില്ല. സീനത്തിനോടിരിക്കാൻ പറഞ്ഞ് ആൺകുട്ടികളിൽ രണ്ടാം ബെഞ്ചിലിരിക്കുന്ന വാസുവിനോട് ചോദിച്ചു. വാസു പരമാവധി ശ്രമിച്ചു. "ല...ല...ത..." പിന്നെ പെൺകുട്ടികളിലേക്കും ആൺകുട്ടികളിലേക്കും മാറിമാറിവന്ന് ടീച്ചർ ചോദിച്ചു. ആരും വ്യക്തമായ ഉത്തരം പറഞ്ഞില്ല.

അവസാനം അറിയാവുന്ന ആരെങ്കിലും ഉണ്ടെങ്കിൽ പറയൂ എന്നായി ടീച്ചർ. ഉടനെ ക്ലാസിലെ നമ്പർവൺ പഠിപ്പുകാരൻ സബീർ എണീറ്റ് പറഞ്ഞു: "ലലിത." സബീറാണ് പറഞ്ഞിരിക്കുന്നത്, തെറ്റാൻ യാതൊരു വഴിയുമില്ല. സബീർ ടീച്ചർമാരുടെ പൊന്നോമന, ക്ലാസ് ലീഡർ. കഴിഞ്ഞ പരീക്ഷയ്ക്ക് കണക്കിൽ നാല്പത്തഞ്ച് മാർക്ക്. സയൻസിൽ നാല്പത്, എസ് എസിൽ നാല്പത്.

പക്ഷേ, ഹിന്ദിടീച്ചറുടെ മുഖം തെളിഞ്ഞില്ല. മറ്റാരെങ്കിലും പറയൂ എന്നായി ടീച്ചർ. സംഭവം ഉണ്ണിക്കുട്ടന് ബോർഡിലെ ഒറ്റയക്ഷരം തിരിഞ്ഞിട്ടില്ല. അ, ആ, ക തുടങ്ങിയ ഏതാനും അക്ഷരങ്ങളേ അവനറിയൂ. അതേതായാലും ബോർഡിലില്ല. പക്ഷേ, എന്നിട്ടും അവന്റെ ഉള്ളിൽ എന്തോ ചിലത് തിക്കി. ഒരുത്തരം മനസ്സിലുണ്ട്. അതൂഹമാണ്. ശരിയാവും എന്ന് മനസ്സ് പറയുന്നു. ഇതുവരെ ഇത്തരം സന്ദർഭങ്ങളിൽ ഉത്തരമറിയാമെങ്കിലും തലതാഴ്ത്തിയിരിക്കലാണ് പതിവ്. പതിവൊന്ന് തെറ്റിച്ചാലോ! ശരിയാവുകയാണെങ്കിൽ സബീർ എന്ന വമ്പനെയാണ് തോല്പിക്കുന്നത്. അതൊരംഗീകാരമാണ്. ഇതുപോലൊരവസരം ഇനിയുണ്ടാവുമെന്ന് കരുതേണ്ട. മാത്രമല്ല ഹിന്ദിയോട് ഭയമാണെങ്കിലും ഹിന്ദിടീച്ചറോട് ഭയം തോന്നുന്നില്ല. ഇവർ സാധാരണ ടീച്ചറല്ല എന്നൊരു തോന്നൽ. കൈയിൽ വടിയില്ല, ഭീഷണമായ കണ്ണുകളല്ല, ചമയങ്ങളില്ല, മുഖത്ത് സദാ പുഞ്ചിരിയുണ്ട്. പിന്നെ മറ്റെന്തോ.... അതെന്താണെന്ന് പറയാൻ അറിയില്ല.

"ഇനിയാരുമില്ലേ?" ടീച്ചർ ചോദിച്ചു. കനത്ത നിശ്ശബ്ദത. സബീർ മുൻബെഞ്ചിൽനിന്ന് പിന്തിരിഞ്ഞ് പരിഹാസഭാവത്തിൽ എല്ലാവരേയുമൊന്ന് നോക്കി. 'എന്നോടാണോ കളി' എന്നാണ് ആ നോട്ടത്തിന്റെ അർത്ഥം. അവസാനം ഒരു നിമിഷത്തിന്റെ ധീരതയിൽ മൂന്നാം ബെഞ്ചിലിരുന്ന ഉണ്ണിക്കുട്ടൻ എണീറ്റ് നിന്നു. എല്ലാ കുട്ടികളും അത്ഭുതത്തോടെ അവനെ നോക്കി. ഇതെന്ത് പുതുമ! ഉണ്ണിക്കുട്ടന് പരിഭ്രമമായി. പറയുന്നത് തെറ്റുമോ? അബദ്ധമാകുമോ? അവന്റെ വ്യസനം ടീച്ചർക്ക് മനസ്സിലായെന്ന് തോന്നുന്നു. ടീച്ചർ ഉണ്ണിക്കുട്ടന്റെ അടുത്തുവന്നുനിന്ന് പ്രോത്സാഹിപ്പിച്ചു. "പറയൂ"

"ലളിത." പരിഭ്രമമൊതുക്കി ഉണ്ണിക്കുട്ടൻ പറഞ്ഞു.

ഉത്തരം ശരിയാണെന്ന് ടീച്ചർ പ്രഖ്യാപിച്ചപ്പോൾ ഉണ്ണിക്കുട്ടൻ കിതച്ചു. പിൻബെഞ്ചിലിരുന്നിരുന്ന മണ്ടൻമാരായ കുട്ടികളിൽ നിന്നെല്ലാം ആഹ്ലാദത്തിന്റെ ഒരു സീൽക്കാരമുണ്ടായി. ജയിക്കുന്നതിന്റെയും അംഗീകരിക്കപ്പെടുന്നതിന്റെയും സന്തോഷം എത്ര വലുതാണെന്ന് ഉണ്ണിക്കുട്ടന് മനസ്സിലായി.

എങ്കിലും അവന്റെ ഉള്ളിൽ ചെറിയൊരു വിഷമം കല്ലിച്ച് കിടന്നു.

## അഞ്ച്

**ആ**ദ്യത്തെ ദിവസം ഷൈൻ ചെയ്യാനായെങ്കിലും ഹിന്ദി ടീച്ചറുടെ രണ്ടാമത്തെ ക്ലാസിൽ ഉണ്ണിക്കുട്ടൻ ശരിക്കും വെള്ളം കുടിച്ചു. മുമ്പത്തെ ക്ലാസിൽ ഉണ്ണിക്കുട്ടന് കിട്ടിയ പരിവേഷമൊക്കെ തകർന്ന് തരിപ്പണമായി. എന്നായാലും അത് സംഭവിക്കും എന്നവന് ഉറപ്പായിരുന്നു. പക്ഷേ, ഇത്ര പെട്ടെന്നുണ്ടാകുമെന്ന് പ്രതീക്ഷിച്ചില്ല.

അന്ന് ടീച്ചർ ടെക്സ്റ്റ്ബുക്ക് നോക്കി പാഠഭാഗം വായിപ്പിക്കാൻ തുടങ്ങി. ആൺകുട്ടികളുടെ ഭാഗത്തുനിന്നാണ് തുടങ്ങിയത്. പലരും തട്ടിമുട്ടി വായിച്ചു. അറിയാത്ത ഭാഗം ടീച്ചർ പറഞ്ഞുകൊടുക്കും. ഒരാൾ അവസാനിപ്പിച്ചിടത്ത് മറ്റേയാൾ തുടങ്ങണം. ഒന്നുമറിയാത്തവർ മൂങ്ങയെപ്പോലെ നിന്നാമതി. ശിക്ഷയൊന്നുമില്ല. ഇരിക്കാൻ പറയും. അങ്ങനെയത് മൂന്നാമത്തെ ബെഞ്ചിലെത്തി. ഉണ്ണിക്കുട്ടന് ഉള്ളം കാളാൻ തുടങ്ങി. അറിയില്ലായെന്ന് എങ്ങനെ പറയും. ആദ്യത്തെയാൾ മുജീബ്റഹ്മാൻ എന്തൊക്കെയോ പിറുപിറുത്തു. രണ്ടാമത്തെയാളും മൂന്നാമത്തെയാളും മൂങ്ങ. പിന്നെ ഉണ്ണിക്കുട്ടന്റെ ഊഴമായി.

ഉണ്ണിക്കുട്ടൻ എണീറ്റു. മുജീബ്റഹ്മാൻ എവിടെയാണ് വായിച്ചവസാനിപ്പിച്ചതെന്നുതന്നെ പിടിയില്ല. ഉണ്ണിക്കുട്ടൻ വിയർക്കാൻ തുടങ്ങി. കുട്ടികളെല്ലാം ആകാംക്ഷയോടെ തന്നെ നോക്കുകയാണെന്ന് ഉണ്ണിക്കുട്ടനറിയാം. സബീർ ചിറികോട്ടിയാണ് അവനെ നോക്കുന്നത്. കാണട്ടെ നിന്റെ മിടുക്ക് എന്നാണ് ഭാവം.

ഇന്നലെ താരമായ് തിളങ്ങിയ ഉണ്ണിക്കുട്ടനിതെന്തുപറ്റി? ടീച്ചർ പറഞ്ഞു:

“വായിക്കൂ ഉണ്ണികൃഷ്ണാ.”

ഉണ്ണിക്കുട്ടൻ വിക്കി: “ടീച്ചർ.... എനിക്ക് ഹിന്ദി വായിക്കാനറിയില്ല.”

സബീറടക്കം ക്ലാസിലെ പഠിപ്പിസ്റ്റ് കുട്ടികളെല്ലാം പരിഹാസത്തോടെ ഉറക്കെ ചിരിച്ചു. ലളിതടീച്ചർക്കത്ഭുതമായി.

“ഉണ്ണികൃഷ്ണന് വായിക്കാനറിയില്ലന്നോ! അപ്പോൾ ഇന്നലെ ടീച്ചറുടെ പേര് വായിച്ചതെങ്ങനെയാ?” ടീച്ചർ തിരക്കി.

“അത്...”

“പറയൂ.”

“ഞാനൂഹിച്ചു പറഞ്ഞതാണ്. എന്റെയമ്മയുടെ പേരും ലളിതയെന്നാണ്. ”

ടീച്ചർ ഉണ്ണിക്കുട്ടനോടിരിക്കാൻ പറഞ്ഞു. എന്നിട്ട് ഇതുപോലെ ഹിന്ദി ഒന്നും വായിക്കാനറിയാത്തവർ എഴുന്നേറ്റ് നില്ക്കാൻ പറഞ്ഞു. പിൻഭാഗത്തുനിന്ന് ഓരോരുത്തരായി എണീക്കാൻ തുടങ്ങി. ടീച്ചർ പെൺഭാഗത്തേക്ക് നോക്കിയപ്പോൾ അവിടെനിന്നും കൂട്ടത്തോടെ തലയുയരാൻ തുടങ്ങി. ഉണ്ണിക്കുട്ടന് സമാധാനം തോന്നി. താൻ മാത്രമല്ലല്ലോ.

അങ്ങനെ ക്ലാസിലെ പകുതിയിലേറെ കുട്ടികൾ എണീറ്റ് നിന്നു. എല്ലാവരോടുമിരിക്കാൻ ആംഗ്യം കാണിച്ച് ടീച്ചർ പറഞ്ഞു:

“അപ്പോൾ നമുക്ക് അക്ഷരമാലയിൽനിന്ന് തുടങ്ങാം. ഹിന്ദി നമ്മുടെ രാഷ്ട്രഭാഷയാണ്. ഇംഗ്ലീഷിനോളം പ്രാധാന്യം ഹിന്ദിക്കുമുണ്ട്. ഇത് വളരെയേറെ എളുപ്പമുള്ള ഭാഷയുമാണ്. എഴുതുമ്പോൾ മാറ്റമുണ്ടെങ്കിലും മലയാളത്തിന്റെ ശബ്ദം തന്നെയാണ് ഹിന്ദി അക്ഷരങ്ങൾക്കും. ആദ്യം നമുക്ക് സ്വരാക്ഷരങ്ങൾ പഠിക്കാം...”

സ്കൂളിൽ ലളിതടീച്ചറെ പോലെ ഇത്രയും രസകരവും ആത്മാർത്ഥവുമായ ക്ലാസ് വേറെയില്ലായെന്ന് ഉണ്ണിക്കുട്ടന് തോന്നി.

കുറേ ദിവസങ്ങൾ കഴിഞ്ഞപ്പോഴേക്കും ഉണ്ണിക്കുട്ടൻ അക്ഷ

രമാലകളെല്ലാം പഠിച്ചു. ക്രമേണ ഹിന്ദി വായിക്കാനും എഴുതുവാനും അവന് ഹൃദ്യസ്ഥമായി. 'തുമാരാനാം ക്യാ ഹെ' എന്ന് ചോദിച്ചപ്പോൾ 'തുമാരാനാം ഉണ്ണികൃഷ്ണൻ ഹെ' എന്ന് മറുപടി പറഞ്ഞതും പേനയ്ക്ക് മലം എന്ന് അർത്ഥം പറഞ്ഞതുമൊക്കെ ഓർത്ത് ഉണ്ണിക്കുട്ടന് ചിരിവന്നു. 'മേരാ നാം ഉണ്ണിക്കൃഷ്ണൻ ഹെ.'

ഇത്രയും എളുപ്പമുള്ള ഒരു വിഷയത്തെയാണല്ലോ താൻ ഭയന്നിരുന്നതെന്ന് ഉണ്ണിക്കുട്ടൻ പരിഭവിച്ചു. ചിലതങ്ങനെയാണ്. അകന്നുനിന്ന് നോക്കുമ്പോൾ കഠിനമായ് തോന്നും. അടുത്താലേ യാഥാർത്ഥ്യം ബോദ്ധ്യപ്പെടുകയുള്ളൂ.

## ആറ്

**വൈ**കിട്ട് മേലേപ്പറമ്പിലൂടെ നടക്കുമ്പോൾ ഉണ്ണിക്കുട്ടൻ ഒരു സീൽക്കാരശബ്ദം കേട്ടു. കുറച്ചപ്പുറം കൈതക്കൂട്ടം ഇടതിങ്ങിനിന്നിരുന്ന ഒരു മുനമ്പിന്റെ അടുത്തു നിന്നാണാ ശബ്ദം.

ആ ഭാഗവും പരിസരവും പൊതു കക്കൂസാണ്. സ്വന്തമായ് കാര്യം സാധിക്കാൻ ഇടമില്ലാത്തവരെല്ലാം ഇരുട്ടായ് കഴിഞ്ഞാൽ അവിടേക്ക് വരും. വിസർജ്ജ്യത്തിന്റെ തീക്ഷ്ണ ദുർഗ്ഗന്ധം കാരണം അങ്ങോട്ട് അടുക്കാനേ പറ്റില്ല.

ഉണ്ണിക്കുട്ടൻ നീരോലിച്ചെടികൾ വകഞ്ഞ് ആ ഭാഗത്തേക്ക് നോക്കി. ഒരു പാമ്പും കീരിയും തമ്മിലുള്ള ഏറ്റുമുട്ടലായിരുന്നു അവിടെ നടന്നിരുന്നത്. പാമ്പും കീരിയും പരസ്പര വൈരികളാണെന്ന് അവൻ കേട്ടിട്ടുണ്ട്. പക്ഷേ, തമ്മിൽ പൊരുതുന്നത് ഇതുവരെ കണ്ടിട്ടില്ല. ഉണ്ണിക്കുട്ടൻ ഉടൻ തന്നെ മുനമ്പിനരുകിലുള്ള പാറമേലേക്ക് ചെന്ന് നിന്നു. അവിടെ നിന്നാൽ സുരക്ഷിതമായ കാഴ്ച കാണാം. കൂടുതൽ ആക്രമിക്കുന്നത് പാമ്പാണ്. വെമ്പാല എന്ന മൂന്തിയയിനം പാമ്പാണ്. ആ പാമ്പിനെ വേഗം തിരിച്ചറിയാം. പാമ്പിന്റെ കൊത്തിൽ നിന്നെല്ലാം കീരി വിദഗ്ദ്ധപൂർവ്വം ഒഴിഞ്ഞുമാറുന്നുണ്ട്. ചിലതെല്ലാം ദേഹത്തുകൊള്ളുന്നുണ്ടെങ്കിലും കീരിയതൊന്നും സാരമാക്കുന്നില്ല. പാമ്പ് ചീറ്റുന്നുണ്ടെങ്കിലും കീരി നിശ്ശബ്ദമാണ്. അതിനിടയ്ക്ക് കീരിയും ഏതാനും ആക്രമണങ്ങൾ നടത്തി. പക്ഷേ, പാമ്പിനെ കീഴ്പ്പെടുത്താൻ കീരിക്ക് പറ്റുന്നില്ല. പെട്ടെന്ന് ഒരു മിന്നൽ ആക്രമണത്തിൽ കീരിയുടെ ദേഹത്തെ വെമ്പാല ചുറ്റിവരിഞ്ഞു. അത് കീരി തീരെ പ്രതീക്ഷിക്കാത്ത ഒന്നായിരുന്നു. അപ്പോൾ കീരി അസാധാരണമായ ഒരു ശബ്ദമുണ്ടാക്കി. ഒരു നടുക്കം ഉണ്ണിക്കുട്ടനിലുണ്ടായി. ഒരുപക്ഷേ, പാമ്പും ഭയന്നിരിക്കണം. കീരി പാമ്പിനെ ദൂരേക്ക് കുടഞ്ഞെറിഞ്ഞു. പാമ്പ് അവിടെനിന്ന് രക്ഷപ്പെട്ടുപോകാൻ ശ്രമിച്ചെങ്കിലും കീരി മുന്നിൽ ചെന്ന് പ്രതിബന്ധമായി നിന്നു. ഒരിക്കൽകൂടി കീരി ആ ശബ്ദമുണ്ടാക്കി. പിന്നീട് ഇരുവരും നിശ്ശബ്ദമായി പരസ്പരം നോക്കി കുറേ നിന്നു. ഏതാനും നേരം കഴിഞ്ഞപ്പോൾ കീരി പാമ്പിന് ചുറ്റും ഒന്നു വട്ടംചുറ്റി. എന്നിട്ട് ധൃതിയിൽ അവിടെ നിന്നോടിപ്പോയി. പാവം പാമ്പ് രക്ഷപ്പെട്ടു എന്ന് തോന്നി ഉണ്ണിക്കുട്ടന്. കീരിയല്ല പാമ്പാണ് മനുഷ്യന്റെ ശത്രു എങ്കിലും എന്തുകൊണ്ടോ ആ യുദ്ധത്തിൽ ഉണ്ണിക്കുട്ടൻ പാമ്പിന്റെ പക്ഷത്തായിരുന്നു. കീരിയോടവന് ഭയം തോന്നാൻ കാരണം അത് പുറപ്പെടുവിച്ച ആ അസാധാരണശ

ബ്ദമായിരുന്നു.

പക്ഷേ, പാമ്പ് കീരി വീശിയ ആ വട്ടത്തിൽ കിടന്നുഴലുകയല്ലാതെ പുറത്തേക്ക് ഇഴഞ്ഞുപോകുന്നില്ല. ഇതെന്തത്ഭുതം! കീരി പിൻവാങ്ങിയ സ്ഥിതിക്ക് പാമ്പിനും രക്ഷപ്പെട്ട് പോകാവുന്നതേയുള്ളൂ. ഒരുപക്ഷേ, അവശതകൊണ്ട് കഴിയാഞ്ഞതാണോ എന്ന് ഉണ്ണിക്കുട്ടൻ സംശയിച്ചു. അല്ല, അവന് മനസ്സിലായി. കീരി വരച്ചിട്ട വൃത്തത്തിനുള്ളിൽ നിന്ന് പുറത്ത് കടക്കാനാവാതെ പാമ്പ് വിഷമിക്കുകയാണ്. രക്ഷപ്പെടാനുള്ള വെമ്പലതിന്റെ പ്രവർത്തിയിലുണ്ട്. പക്ഷേ, അജ്ഞാതമായെന്തോ അതിനെ തടയുന്നു.

ദുർഗ്ഗന്ധപൂരിതമായ സ്ഥലമാണെങ്കിലും ഉണ്ണിക്കുട്ടൻ കുറച്ചുകൂടി അടുത്തേക്ക് ചെന്ന് ശ്രദ്ധിച്ചു. അപ്പോഴാണവനാ കാഴ്ച കണ്ടത്. മടങ്ങിപ്പോയ കീരി തിരിച്ചു വരികയാണ്. ഒറ്റയ്ക്കല്ല ആ കീരിയുടെ പുറത്ത് അതിന്റെ പകുതിയോളം വലുപ്പം മാത്രമുള്ള മറ്റൊരു കീരിയെ ഇരുത്തികൊണ്ടാണതിന്റെ വരവ്. അതിന്റെ കുഞ്ഞായിരിക്കാം. യുദ്ധം പൂർത്തിയായിട്ടില്ലെന്ന് സാരം. ഉണ്ണിക്കുട്ടനാകാംക്ഷയായി. വലിയ കീരിക്ക് കഴിയാത്തത് ചെറിയ കീരിക്ക് കഴിയുമോ എന്നായി ഉണ്ണിക്കുട്ടന്റെ ചിന്ത. പാമ്പിനരികിലെത്തിയപ്പോൾ ചെറിയ കീരി തള്ളക്കീരിയുടെ പുറത്തുനിന്നിറങ്ങി. സശ്രദ്ധം അത് ശത്രുവിനെ നിരീക്ഷിച്ചു. പാമ്പിനു പന്തികേടു തോന്നി. അത് ഫണം വിടർത്തി ചീറ്റിക്കൊണ്ടുനിന്നു. അടുത്ത ഏതാനും നിമിഷംകൊണ്ട് ചെറിയ കീരി പാമ്പിന് തലങ്ങും വിലങ്ങും രണ്ടുവട്ടം ചാടുന്നത് ഉണ്ണിക്കുട്ടൻ കണ്ടു. പത്തിവിടർത്തി നിന്നിരുന്ന പാമ്പതാ നിലത്ത് വീണ് പിടയുന്നു. ചെറിയ കീരി ഒരിക്കൽക്കൂടി പാമ്പിന്റെ ദേഹത്തേക്ക് വീണ് പല്ലുകൊണ്ട് വാറി. പാമ്പ് മൂന്ന് കഷണങ്ങളായി പിടയുന്നത് ഉണ്ണിക്കുട്ടൻ കണ്ടു. പിടച്ചിൽ തീർന്നപ്പോൾ കുഞ്ഞൻ കീരി വലിയ കീരിയുടെ പുറത്ത് കേറിയിരുന്ന് വന്നപോലെ തിരിച്ചുപോയി.

ചുറ്റും ചോര പരത്തിക്കൊണ്ട് മൂന്നുഭാഗമായ് കിടക്കുന്ന വെമ്പാല!

ഉണ്ണിക്കുട്ടൻ ഓടിചെന്ന് താൻ കണ്ട സംഭവം അവതരിപ്പി

ച്ചപ്പോൾ അത് ഉണ്ണിക്കുട്ടന്റെ പുളുവായിരിക്കുമെന്ന് കരുതി അമ്മ കാര്യമാക്കിയില്ല. അന്തിക്ക് ജോലി കഴിഞ്ഞ് അച്ഛൻ വന്നപ്പോൾ ഉണ്ണിക്കുട്ടൻ അതിശകരമായ സംഭവം വിവരിച്ചു. അമ്മയെപ്പോലെയല്ല, അച്ഛനത് സശ്രദ്ധം കേട്ടു. എന്നിട്ട് അതിനെക്കുറിച്ച് ഉണ്ണിക്കുട്ടന് അജ്ഞാതമായ കാര്യങ്ങളെല്ലാം വിവരിച്ചുകൊടുക്കുകയും ചെയ്തു.

കീരിയും പാമ്പും തമ്മിലുള്ള പോരാട്ടത്തിൽ മിക്കവാറും കീരിയെ ജയിക്കൂ. കാരണം പാമ്പിന്റെ വിഷം കീരിയുടെ ശരീരത്തിലേല്ക്കില്ല. തനിക്ക് കീഴടക്കാനാകില്ല എന്ന് മനസ്സിലായ

പ്പോൾ കീരി പാമ്പിന് ചുറ്റും വലംവെച്ച് മൂത്രമൊഴിക്കുകയായി രുന്നു. കീരിയുടെ മൂത്രം പാമ്പിന് തീപോലെ അസഹ്യമാണ്. അതിൽ തൊട്ടുകൊണ്ട് പാമ്പിനിഴഞ്ഞു പോകാനാവില്ല. പാമ്പ് രക്ഷപ്പെട്ടുപോകാതിരിക്കാനാണ് കീരിയത് ചെയ്തത്. അനന്തരം കീരി സ്വന്തം മാളത്തിലേക്ക് മടങ്ങി. കീരി കൂട്ടിക്കൊണ്ടുവന്നത് അതിന്റെ ഇണയെയാണ്. ആൺകീരി. ചെങ്കീരി എന്നും പറയും. സാധാരണയിൽനിന്ന് വിഭിന്നമാണ് കീരിവർഗ്ഗത്തിന്റെ കഥ. ചെങ്കീരി മാളത്തിൽ നിന്ന് പുറത്തിറങ്ങാറേയില്ല. പെങ്കീരി ഇര തേടി കൊണ്ടുകൊടുക്കും. ഇത്തരം അപൂർവ്വസന്ദർഭങ്ങളിലെ അവ പുറത്തിറങ്ങൂ. അതുകൊണ്ട് മനുഷ്യരധികവും അവയെ കാണാറില്ല. വലുപ്പം കുറവാണെങ്കിലും പെങ്കീരിയേക്കാൾ ഇര ട്ടിശക്തിയാണ് ചെങ്കീരികൾക്ക്. പലപ്പോഴും കോഴിക്കൂടുകളിൽ തുരന്നു കയറി വലിയ കോഴികളെ കൊന്ന് തന്നെക്കൊണ്ട് വലി ച്ചുകൊണ്ടുപോകാൻ കഴിയില്ലെങ്കിലും പെങ്കീരി ചെങ്കീരികളെ കൊണ്ടുവരാറുണ്ട്.

കീരി മനുഷ്യരോടിണങ്ങുന്ന ഒരു ജീവിയാണ്. പണ്ടൊക്കെ മനുഷ്യർ കീരിയെ ഓമനിച്ചു വളർത്തുകയും ചെയ്തിരുന്നു. വളരെയേറെ നന്ദിയും കൂറുമുള്ള ജീവിയാണ് കീരി. ചരിത്ര ത്തിലും പുരാണത്തിലും വീട്ടിൽ കീരിയെ കാവൽ നിർത്തി ജോലിക്ക് പോയ കഥകൾ ഉണ്ട്.

കീരിവർഗ്ഗം മനുഷ്യരോടകന്നുപോയതിന്റെ കഥയും അച്ഛൻ പറഞ്ഞുകൊടുത്തു.

പണ്ട് ഒരു വീട്ടിൽ അവർ അച്ഛനും കുഞ്ഞും മാത്രമേ ഉണ്ടാ യിരുന്നുള്ളൂ. കുഞ്ഞ് വളരെ ചെറുതാണ്. നടക്കാൻ തുടങ്ങുന്ന തേയുള്ളൂ. കുഞ്ഞിനെ കീരിയെ ഏല്പിച്ച് അച്ഛൻ വയലിലേക്ക് ജോലിക്ക് പോകും. അതാണ് പതിവ്. ഒരുനാൾ ജോലി കഴിഞ്ഞ് മടങ്ങിവന്നപ്പോൾ കുഞ്ഞിനെ കാണാനില്ല. കീരിയുടെ ദേഹത്തും വീടിന്റെ അകത്തളങ്ങളിലുമെല്ലാം ചോരപ്പാടുകൾ കാണാനുണ്ട്. തന്റെ കുഞ്ഞിനെ കീരി വകവരുത്തി എന്നുതന്നെ ആ ഗൃഹ നാഥൻ കരുതി. എത്രയായാലും മാംസം തിന്നുന്ന വർഗ്ഗമല്ലേ. അയാൾക്ക് രോഷമടക്കാനായില്ല. അപ്പോൾ തന്നെ അയാൾ കീരി യുടെ കഥ കഴിച്ചു. പിന്നീട് വിശദമായ് നോക്കിയപ്പോഴാണ് മന

സ്സിലാവുന്നത്. കുഞ്ഞ് മുറിയുടെ മൂലയിൽ കിടന്നുറങ്ങുന്നുണ്ട്. ചോര ചിതറി ചിന്നിക്കിടക്കുന്നത് ഒരു വിഷനാഗമാണ്. കുഞ്ഞിനെ ഉപദ്രവിക്കാൻവന്ന പാമ്പിനെ കീരി വകവരുത്തുക യായിരുന്നു,. അയാൾ പശ്ചാത്താപം കൊണ്ട് നീറി.

അന്നുമുതലാണത്രേ കീരി വർഗ്ഗം മനുഷ്യരിൽ നിന്നകന്നു തുടങ്ങിയത്.

ഉണ്ണിക്കുട്ടന് സങ്കടമായി. എന്തപരാധമാണയാൾ ചെയ്തത്. നന്ദികെട്ട മനുഷ്യൻ. അവന് ഒരിക്കൽ തങ്ങളുടെ ചങ്ങാതിമാരായിരുന്ന കീരിവർഗ്ഗത്തോട് അപാരമായ സ്നേഹം തോന്നി. രാത്രി ഉറങ്ങാൻ കിടക്കുമ്പോഴും ചിന്ത അതുതന്നെയായിരുന്നു.

എങ്കിലും പാമ്പുമായ ഘോരപോരാട്ടത്തിനിടയിൽ കീരി പുറപ്പെടുവിച്ച ആ വിപല്ക്കരമായ ശബ്ദം അവനിൽ അസ്വസ്ഥതയുളവാക്കി.

## ഏഴ്

**പു**ത്തൻപുരയിൽ കുട്ടിയമ്മയുടെ വീട്ടിൽ കള്ളൻ കയറി! ഗ്രാമത്തിലെ അന്നത്തെ പ്രധാനപ്പെട്ട വാർത്ത അതായിരുന്നു. വള്ളിയമ്മയാണ് ഉണ്ണിക്കുട്ടന്റെ വീട്ടിലാ വാർത്ത എത്തിച്ചത്. അന്ന് അങ്ങാടിയിലും കുളിക്കടവിലും അടുക്കളക്കൂട്ടങ്ങളിലേയും പ്രധാന ചർച്ചാവിഷയം അതായിരുന്നു. അത് സാധാരണ ഒരു മോഷണത്തിന്റെ കഥയല്ലായിരുന്നു.

ചുറ്റുവട്ടത്തൊന്നും അയൽക്കാരില്ലാത്ത ഓടിട്ട ഇരുനിലവീടായിരുന്നു കുട്ടിയമ്മയുടേത്. പാരമ്പര്യമായ് തന്നെ സമ്പന്നയാണവർ. അവരുടെ കഴുത്തിൽ ചങ്ങലപോലുള്ള സ്വർണ്ണമാലകളുണ്ട്. രണ്ടുപല്ലുകൾ സ്വർണ്ണത്തിന്റേതാണ്. മക്കളെല്ലാം വിദേശത്താണ്. പകൽ കാര്യസ്ഥൻ സഹായത്തിനുണ്ടാകും. രാത്രി കുട്ടിയമ്മയും കേൾവിശക്തി കുറഞ്ഞ ഒരു വേലക്കാരിയും മാത്രമേ കാണൂ.

അർദ്ധരാത്രിയായപ്പോൾ എന്തോ പരപരാശബ്ദം കേട്ട് കുട്ടിയമ്മ ഉണർന്നു. അസാമാന്യ ഉയരമുള്ള ഒരു മനുഷ്യൻ നേർത്ത വെട്ടത്തിൽ മുറിയിലെ അലമാര തുറക്കാൻ ശ്രമിക്കുകയാണ്.

കുട്ടിയമ്മയുടെ തലയണയ്ക്കടിയിലുള്ള താക്കോൽക്കൂട്ടം കള്ളൻ കൈക്കലാക്കിയിരിക്കുന്നു.

"യശോദേ കള്ളൻ..." കുട്ടിയമ്മ വേലക്കാരിയെ വിളിച്ച് ബഹളം വെച്ചു. വേലക്കാരി ഉണർന്നില്ല. കുട്ടിയമ്മ കട്ടിലിനടിയിൽനിന്ന് ഇലക്ട്രിക് ടോർച്ച് തപ്പിയെടുത്ത് കള്ളന്റെ നേർക്കടിച്ചു. അതേ നിമിഷം തന്നെ അതേ പവറുള്ള ടോർച്ച് കള്ളൻ കുട്ടിയമ്മയുടെ നേർക്കുമടിച്ചു. കണ്ണുകൾ മഞ്ഞളിച്ച് ഇരുവർക്കും പരസ്പരം കാണാൻ കഴിഞ്ഞില്ല. ആ നില്പിൽ അവർ സംഭാഷണത്തിലേർപ്പെട്ടു.

കള്ളൻ :"ലൈറ്റണക്കൂ അല്ലെങ്കിൽ നിങ്ങൾക്കതപകടമാണ്."

കുട്ടിയമ്മ : "ഇല്ല നീയാരാണെന്നെനിക്കറിയണം."

"ഞാനാരാണെന്ന് നിങ്ങളറിഞ്ഞാൽ എനിക്ക് നിങ്ങളെ അവസാനിപ്പിക്കേണ്ടിവരും."

" ആണോ, എനിക്ക് എഴുപത്തഞ്ച് വയസ്സ് കഴിഞ്ഞു. ഈ ലോകം വിട്ടുപോകാൻ ഒരു ഭയവുമില്ല. പറ നീയാരാണ്? എന്താണ് വേണ്ടത്.?"

"എനിക്ക് വേണ്ടത് പണമാണ്. ഞാൻ മോഷ്ടിക്കുന്നതിന് അതിന്റേതായ കാരണങ്ങളുമുണ്ട്."

"മോഷ്ടിക്കേണ്ട. നിനക്ക് വേണ്ട പണം ഞാൻ തരാം. നീയാരാണെന്നറിഞ്ഞാമാത്രം മതി."

കള്ളൻ വിഷമത്തിലായി. കുട്ടിയമ്മ കുറച്ചുകൂടി മുന്നോട്ട് ചെന്നു. കള്ളൻ പറഞ്ഞു:

"അരുത്. സ്വയം അപകടത്തിൽ ചാടരുത്. എനിക്കത് ചെയ്യേണ്ടിവരും."

"ആയിക്കോളൂ. നിന്റെ ഇഷ്ടം പോലെ."

"ഞാനിതാ വാക്ക് തരുന്നു. എനിക്കൊന്നും വേണ്ട. പോകാനനുവദിച്ചാ മതി. ഞാനാരാണെന്ന് അറിയുകയും ചെയ്യരുത്."

"പറ്റില്ല എനിക്കറിഞ്ഞേ പറ്റൂ."

അപ്പോൾ കള്ളൻ ടോർച്ചടിക്കുന്നത് നിർത്തി. തോർത്തുമുണ്ടുകൊണ്ട് ശിരോപടമണിഞ്ഞതിനാൽ കുട്ടിയമ്മയ്ക്കാളെ മുഴുവൻ വ്യക്തമായില്ല.

കള്ളൻ തോർത്തുമുണ്ട് പതുക്കെ അഴിച്ചു. ആ വ്യക്തിയെ

കണ്ട് കുട്ടിയമ്മ ഞെട്ടിത്തരിച്ചുപോയി. "മോനേ നീ....!!"

അയാളപ്പോൾ വികൃതമായി ചിരിച്ചു. പിന്നെ അരയിൽ നിന്നും തിളങ്ങുന്ന കഠാര വലിച്ചൂരി കുട്ടിയമ്മയുടെ അടുത്തേക്ക് ചെന്നു. മരണത്തേക്കാൾ കുട്ടിയമ്മ ഭയപ്പെട്ടത് അയാളുടെ ആ സാഹസത്തെയായിരുന്നു.

കുട്ടിയമ്മ പറഞ്ഞു: "മോനേ നീയീ പാതകം ചെയ്യേണ്ട, ഞാനിതാ ഷാരിയേക്കൽ ഭഗവതിയെ പിടിച്ചു സത്യം ചെയ്യുന്നു. നീയാരാണെന്ന് ഞാനാരോടും പറയില്ല. നിനക്ക് വേണ്ടതുമെടുത്ത് സ്ഥലം വിട്ടുകൊള്ളൂ."

കള്ളൻ ആശയക്കുഴപ്പത്തിലായി:

"സത്യം."

"സത്യം. ഇത് പുത്തൻപുരയ്ക്കൽ കുട്ടിയമ്മയുടെ വാക്കാണ്."

"എനിക്കൊന്നും വേണ്ട. പറഞ്ഞ വാക്ക് പാലിച്ചാ മാത്രം മതി. ഇനിയൊരിക്കലും മോഷ്ടിക്കില്ലായെന്ന് ഞാനുമിതാ സത്യം ചെയ്യുന്നു."

കള്ളൻ വെറുംകൈയോടെ മടങ്ങിപ്പോയി.

കുട്ടിയമ്മയ്ക്കു സുപരിചിതനായ - നാടിനും നാട്ടാർക്കും പരിചിതനായ ആ കള്ളൻ ആരായിരിക്കും? പലരും പലതും മെനഞ്ഞു. ഉണ്ണിക്കുട്ടൻ സ്കൂളിൽ ചെന്നപ്പോൾ അവിടെയും അതായിരുന്നു സംസാരവിഷയം. കള്ളൻമാരിലും നല്ലവരുണ്ടോ എന്നായി ഉണ്ണിക്കുട്ടന്റെ ചിന്ത. പുത്തൻപുരയ്ക്കൽ ഉണ്ണിക്കുട്ടൻ പോയിട്ടുണ്ട്; വിഷുവിന് കൈനീട്ടം വാങ്ങാൻ. ഉദാരമായി കൈനീട്ടം തരുന്നവരാണവർ.

എന്നാലും ആരായിരിക്കും ആ കള്ളൻ!?

എന്തിനായിരിക്കും ആയാൾ മോഷ്ടിക്കാനിറങ്ങിയത്?

ജിജ്ഞാസ ഉണ്ണിക്കുട്ടനെ തിക്കി.

## എട്ട്

**അ**ച്ഛന് രണ്ടുമൂന്നുദിവസം തൊട്ടടുത്തുതന്നെയായിരുന്നു ജോലി. വർഷങ്ങളായി ആൾപാർപ്പില്ലാതെ കിടന്നിരുന്ന ചന്ദ്രൻമാ

ഷുടെ വീട്ടിൽ താമസക്കാരെത്തുകയാണ്. ആരാണീ ചന്ദ്രൻമാഷ്? ഉണ്ണിക്കുട്ടൻ കേട്ടിട്ടേയുള്ളൂ. ആളെ കണ്ടിട്ടില്ല. ടൗണിലെ പിടിപാടുള്ള ഒരാളാണെന്നറിയാം. അദ്ദേഹ ത്തിനവിടെ വീടുണ്ട്. പണ്ട് കൂട്ടുകുടുംബമായി ഈ വീട്ടിലാ ണത്രെ കഴിഞ്ഞിരുന്നത്. ഇപ്പോൾ മാസങ്ങൾ കൂടുമ്പോൾ തേങ്ങ യിടാനും മറ്റുമായി കാര്യസ്ഥൻ വരുകയല്ലാതെ വേറെ ഏർപ്പാ

ടുകളൊന്നുമില്ല. പുല്ലും കാടും വളർന്ന അവിടേക്ക് ആൾപ്പെരുമാറ്റമെത്തുകയായി. ദ്രവിച്ച കഴുക്കോലും പട്ടികയും മാറ്റി അത് താമസയോഗ്യമാക്കുകയാണ് അച്ഛൻ. പഠിപ്പുവിട്ടു വന്നുകഴിഞ്ഞാൽ ഉണ്ണിക്കുട്ടൻ അച്ഛന്റെയും കൂട്ടരുടേയും ജോലികാണാൻ പോകും. രണ്ടുദിവസമായ് അതാണു സ്ഥിതി. ഓട്ടുമ്പുറത്തെ തുമ്പത്ത് അച്ഛനിരിക്കുന്നതും ആണിയടിക്കുന്നതും കാണുമ്പോൾ ഉണ്ണിക്കുട്ടൻ ത്രില്ലടിക്കും. ഒരിക്കൽ താനും ഇങ്ങനെയൊക്കെ ചെയ്യേണ്ട ആളാണ്. സഹജവാസനകൊണ്ട് ഉണ്ണിക്കുട്ടന് ഉളിയും ചുറ്റികയുമെടുത്ത് ഒന്ന് പെരുമാറാൻ തോന്നി. ഒരാണിയെടുത്ത് വെറുതെ മരക്കഷ്ണത്തിൽ അടിച്ചുകേറ്റിനോക്കി. ചുറ്റിക പിടിക്കേണ്ടത് എങ്ങനെയാണെന്നവനറിയാം. പിടിയുടെ ഏറ്റവും അറ്റത്താണ് പിടിക്കേണ്ടത്. വൈദഗ്ദ്ധ്യമില്ലാത്തവർ കടഭാഗത്തേ പിടിക്കൂ. ഉളിയെടുത്ത് ഒരു മരത്തിന്റെ അരിക് ചെത്താൻ നോക്കിയപ്പോൾ മുകളിൽനിന്ന് അച്ഛൻ അരുതെന്ന് വിലക്കി.

അവൻ ആ വീടിന്റെ ചുറ്റുഭാഗവും നടന്നുനോക്കി. ഭദ്രമായ വേലി കെട്ടി ഗെയ്റ്റ് വെച്ചതിനാൽ അങ്ങോട്ടുള്ള പ്രവേശനം നിഷിദ്ധമായിരുന്നു. പേരയ്ക്കയും നെല്ലിക്കയും നിറഞ്ഞു നില്ക്കുന്ന ഇടമാണ്. പക്ഷികൾ തിന്നുതീർക്കാറാണ് പതിവ്. ഗൗരവക്കാരൻ കാര്യസ്ഥൻ അവിടെയൊക്കെ ചുറ്റിപ്പറ്റി നടക്കുന്നുണ്ട്. മൂത്തുനില്ക്കുന്ന പേരയ്ക്ക പറിക്കാൻ അയാളോടനുവാദം ചോദിച്ചപ്പോൾ സമ്മതിച്ചു. അവൻ പേരമരത്തിന്റെ ശിഖരങ്ങൾ നിറഞ്ഞ വഴക്കമുള്ള കൊമ്പുകളിലേക്ക് ഊർന്ന് കയറി പേരയ്ക്കകൾ അറുത്തെടുത്തു. കുറേ മരത്തിന്റെ മേലിരുന്ന് തന്നെ തിന്നു. കുറച്ച് ട്രൗസറിന്റെയും ഷർട്ടിന്റെയുമൊക്കെ പോക്കറ്റിലാക്കി.

പോരാൻ നേരം അച്ഛൻ ഉളികൊണ്ട് കരിക്ക് ചെത്തി അവന് കുടിക്കാൻ കൊടുത്തു.

അച്ഛൻ ജോലികഴിഞ്ഞ് വീട്ടിലേക്ക് വന്നപ്പോഴാണറിയുന്നത്. അവിടേക്ക് താമസിക്കാൻ വരുന്നത് വലിയ ഒരാളാണ്. കുറച്ചു കാലം ഇവിടെയുണ്ടാകും. കൂട്ടോ കുടുംബമോ ഒന്നുമില്ല. മൂപ്പരൊരു പുസ്തകമെഴുതാനാണത്രേ വരുന്നത്. പേര് 'ഫിറോസ് സെയ്ദ്'. ചന്ദ്രൻമാഷുടെ മകനോടൊപ്പം ഡൽഹിയിൽ ജോലി

ചെയ്യുന്ന ആളാണ്. രാഷ്ട്രപതിയിൽ നിന്ന് മെഡലൊക്കെ കിട്ടിയിട്ടുണ്ടത്രെ.

കേട്ടപ്പോൾ ഉണ്ണിക്കുട്ടന് പേടിയാണ് തോന്നിയത്. ഇത്രയും വലിയൊരാൾ തങ്ങളുടെ അയൽപക്കക്കാരനാവുക. അതിനുള്ള അർഹത തങ്ങൾക്കുണ്ടോ. അയാൾക്ക് തങ്ങളെയൊക്കെ ഇഷ്ടമാവുമോ? അച്ഛനും അമ്മയും കുഞ്ഞാടുമൊക്കെ ഒരു ശല്യമാവുമോ! അയാൾ എത്രയും പെട്ടെന്ന് ഇവിടെനിന്ന് പോയാൽ മതിയായിരുന്നു.

വീട് വൃത്തിയാക്കികഴിഞ്ഞ് പിന്നെയും ഒരാഴ്ചയോളം കഴിഞ്ഞാണ് ഫിറോസ് സെയ്ദ് എത്തിയത്. അതിന്റെ തലേന്നുതന്നെ മൂപ്പരുടെ ലഗേജുകൾ കാര്യസ്ഥൻ എത്തിച്ചിരുന്നു. വണ്ടി വീട്ടിലേക്കെത്താത്തതുകൊണ്ട് കാര്യസ്ഥന്റെയും കൂട്ടരുടെയും ഒപ്പം സാധനങ്ങൾ എത്തിക്കാൻ ഉണ്ണിക്കുട്ടനും കൂടി. കുറേയധികം പുസ്തകങ്ങളുണ്ടായിരുന്നു. അധികവും ഇംഗ്ലീഷ് തടിയൻ പുസ്തകങ്ങൾ. ഇത്രയധികം പുസ്തകങ്ങൾ ഒരാൾക്കെന്തിനാണെന്ന് ഉണ്ണിക്കുട്ടൻ അതിശയിച്ചു. അന്നാണ് ഉണ്ണിക്കുട്ടൻ ചന്ദ്രൻമാഷുടെ വീടിന്റെ അകം കണ്ടത്. പുറമേക്ക് ചെറുതായ് തോന്നുമെങ്കിലും അകത്ത് എല്ലാ സൗകര്യങ്ങളുമുണ്ട്. ചാരുപടി, ചാരുകസേരകൾ, മച്ച്, ചെറിയ അടുക്കള, വലിയൊരു രണ്ടാം അടുക്കള.... അകത്ത് എപ്പോഴും കുളിരാണ്. ഈ വലിയ വീട്ടിൽ രാത്രി ഒറ്റയ്ക്കു താമസിക്കാൻ എഴുത്തുകാരന് ഭയമാവില്ലേ എന്ന് ഉണ്ണിക്കുട്ടനോർത്തു.

വരുന്ന അതിഥിക്ക് വേണ്ട ചില്ലറ സഹായങ്ങളൊക്കെ ഉണ്ണിക്കുട്ടൻ ചെയ്തുകൊടുക്കണം എന്ന് കാര്യസ്ഥൻ ഓർമ്മിപ്പിച്ചു. ഉണ്ണിക്കുട്ടൻ അർദ്ധമനസ്സോടെ അത് സമ്മതിച്ചു.

പിറ്റേന്ന് സ്കൂളിലേക്ക് പോകാൻ നേരം കാര്യസ്ഥനോടൊപ്പം ഒരാൾ നടന്നുവരുന്നത് ഉണ്ണിക്കുട്ടൻ കണ്ടു. ഇടവഴിയിൽ വെച്ചായിരുന്നു അത്. അവരുടെ മുന്നിൽനിന്ന് മാറിനില്ക്കാൻ ഉണ്ണിക്കുട്ടന് തോന്നി. പക്ഷേ, അപ്പോഴേക്കും കാര്യസ്ഥൻ ഉണ്ണിക്കുട്ടനെ കണ്ടുകഴിഞ്ഞിരുന്നു. അവന്റെ അടുത്തെത്തിയപ്പോൾ കാര്യസ്ഥൻ നിന്നു.

“ചെക്കാ ഇതാണ് ഫിറോസ് സെയ്ദ്സാർ.”

ഉണ്ണിക്കുട്ടൻ സങ്കല്പിച്ചുണ്ടാക്കിയ പ്രകൃതമായിരുന്നില്ല ഫിറോസ് സെയ്ദിന്. ശാന്തനായ മനുഷ്യൻ. തോളിലൊരു സഞ്ചിയുണ്ട്. ഉണ്ണിക്കുട്ടന്റെ അച്ഛന്റെയൊക്കെ പ്രായം വരും. പക്ഷേ, മുടി പാതിയോളം നരച്ചിരിക്കുന്നു. മീശയോ താടിയോ വെച്ചിട്ടില്ല, സാധാരണക്കാരെപ്പോലെ മുണ്ടും ഷർട്ടും തന്നെ വേഷം. കണ്ണട വെച്ചിട്ടുണ്ട്. ഇയാൾ തന്നെയാണോ ആ വലിയ ആൾ. ആയിരിക്കും വലിയ ആളുകൾക്ക് അധികം ആർഭാടമൊന്നും കാണില്ല.

മുമ്പൊരിക്കൽ ഹിന്ദി ക്ലാസിൽ ലളിതടീച്ചർ പറഞ്ഞുതന്ന ഒരു മര്യാദ ഉണ്ണിക്കുട്ടൻ പ്രയോഗിച്ചു. കരുതിക്കൂട്ടി ചെയ്തതല്ല. അങ്ങ് വന്നതാണ്. ബഹുമാനസൂചകമായ ഒരാളെ കാണുമ്പോൾ ചെയ്യേണ്ടത് കൈകൂപ്പി നമസ്കാരം പറയുക എന്നതാണ്. അതാണ് ഭാരതീയസംസ്കാരം. അവനിതുവരെ അതാരോടും പ്രയോഗിച്ചിട്ടില്ല. ഇപ്പോൾ ആദ്യമായാണ്.

ഫിറോസ് സെയ്ദിന് ഉണ്ണിക്കുട്ടന്റെ ആ പ്രവർത്തി വളരെ ഇഷ്ടമായി. അദ്ദേഹം തിരിച്ചും കൈകൾ കൂപ്പി പുഞ്ചിരിച്ച് നമസ്കാരം പറഞ്ഞു.

കാര്യസ്ഥൻ ഉണ്ണിക്കുട്ടനെ പരിചയപ്പെടുത്തി:

“തൊട്ടടുത്ത് താമസിക്കുന്ന അപ്പൂട്ടിയാശാരിയുടെ മോനാ. ചുരുക്കിപറഞ്ഞാൽ സാറിന്റെ ഇവിടത്തെ സഹായി.”

“ഗുഡ് ബോയ്. എന്താ മോന്റെ പേര്?” ഉണ്ണിക്കുട്ടന്റെ തോളിൽ കൈവെച്ച് കൊണ്ട് ഫിറോസ്സെയ്ദ് ചോദിച്ചു.

ഉണ്ണിക്കുട്ടനദ്ദേഹത്തോട് അപരിചിതത്വം തോന്നിയില്ല. മുമ്പെപ്പോഴൊക്കെയോ കണ്ടപോലെ. അതുകൊണ്ടുതന്നെ സാധാരണ പുതിയൊരാളെ പരിചയപ്പെടുമ്പോഴുള്ള പരിഭ്രമമൊന്നും അവനിലുണ്ടായില്ല.

മറ്റ് ചില കുശലങ്ങൾകൂടി ചോദിച്ച് അദ്ദേഹം പോയപ്പോൾ ഉണ്ണിക്കുട്ടൻ ആശ്വാസംകൊണ്ടു: ഫിറോസ്സെയ്ദ് സാർ വിചാരിച്ചപോലുള്ള ആളല്ല. നല്ല മനുഷ്യനായിരിക്കും. അദ്ദേഹത്തെ സഹായിക്കേണ്ടത് തന്റെ കടമയാണ്. അദ്ദേഹം തങ്ങൾക്കോ, തങ്ങൾ അദ്ദേഹത്തിനോ ഒരു ബാദ്ധ്യതയാവാനിടയില്ല.

## ഒൻപത്

**സ്**കൂളിൽ നിന്ന് വരുമ്പോഴേ ഉണ്ണിക്കുട്ടൻ കണക്ക് കൂട്ടിയിരുന്നു. ഇന്നുതന്നെ സെയ്ദ്സാറിനെ കാണാൻ പോകണം. എന്തൊക്കെ സഹായമാണ് അദ്ദേഹത്തിന് ആവശ്യമായ് വരുക? പീടികയിൽനിന്ന് സാധനങ്ങൾ വാങ്ങി കൊടുക്കേണ്ടിവരും. ഭക്ഷണം പാകംചെയ്യാനുള്ള വിറക് സംഘടിപ്പിച്ചുകൊടുക്കാം. തേങ്ങ പൊതിക്കാം, വെള്ളം കോരിക്കൊടുക്കാം. അപ്പൂട്ടിയാശാരിയുടെ മകൻ ഉണ്ണിക്കുട്ടൻ നല്ല കുട്ടിയാണെന്ന് വീണ്ടും താനദ്ദേഹത്തെക്കൊണ്ട് പറയിപ്പിക്കും.

വീട്ടിലെത്തി പതിവുള്ള കാപ്പിയും ഉപ്പുമാവും കഴിച്ച് കഴിഞ്ഞപ്പോൾ അവൻ അമ്മയോട് ചോദിച്ചു: “അമ്മേ സെയ്ദ്സാറിന്റെയടുത്തേക്ക് ഞാനൊന്ന് പോയി നോക്ക്യാലോ?”

“അദ്ദേഹമിപ്പോൾ അവിടെയില്ല.”

“എവിടെപോയി?”

“റെഡ്സ്റ്റാർ ക്ലബ്ബ് അദ്ദേഹത്തിന് പൗരസ്വീകരണം ഏർപ്പാടാക്കിയിട്ടുണ്ട്. അതിന് പോയതാ.”

“സ്വീകരണമോ എന്തിന്?”

“അദ്ദേഹം വലിയ ആളല്ലേ. അദ്ദേഹത്തെ പോലൊരാൾ നമ്മുടെ ഗ്രാമത്തിലേക്ക് വരുമ്പോ നമ്മൾ ചില മര്യാദകളൊക്കെ കാണിക്കേണ്ടെ, അതാ.”

“അതെവിടെയാണ്?”

“ഹെൽത്ത് സെന്ററിൽ വെച്ചാ. പഞ്ചായത്ത് പ്രസിഡന്റും നിന്റെ ക്ലാസ്ടീച്ചർ കുഞ്ഞുലക്ഷ്മി ടീച്ചറുമൊക്കെ പങ്കെടുക്കുന്നുണ്ട്.”

ഉണ്ണിക്കുട്ടന് ആ സ്വീകരണം കാണണമെന്ന് കലശലായ ആഗ്രഹം തോന്നി. അവനിതുവരെ അങ്ങനെയൊരു ചടങ്ങ് കണ്ടിട്ടില്ല. രസമുള്ളതാണോ എന്നുമറിയില്ല. എങ്കിലും.

“അമ്മ സ്വീകരണം കാണാൻ പോണില്ലേ?”

“ഇല്ല. അമ്മയ്ക്കൊരുപാട് പണിയുണ്ട്.”

“എനിക്ക് സ്വീകരണം കാണണമെന്നുണ്ട്.”

“അതിനെന്താ പൊയ്ക്കോ. ഇരുട്ടാവുന്നതിന് മുമ്പ് മടങ്ങി

വരണം. വിനുമോനേം കൂട്ടിക്കോ."

ഉണ്ണിക്കുട്ടൻ വേഗം കൂട്ടുകാരനായ വിനുമോന്റെ വീട്ടിൽ ചെന്നു. അപ്പോഴാണ് രസം. വിനുമോനും അലിക്കുട്ടിയും കൂടി കുറച്ച്മുമ്പ് സ്വീകരണം കാണാൻ ഹെൽത്ത്സെന്ററിലേക്ക് പോയിരിക്കുന്നു. ഉണ്ണിക്കുട്ടന് ദേഷ്യം വന്നു. തന്നോടൊരു വാക്കു പോലും പറയാതെ രണ്ടുംകൂടി പോയിരിക്കുന്നു. ഹൈസ്കൂളു

കാരായതിന്റെ ഹുങ്കാണ്. അല്ലാതെ വേറൊന്നുമല്ല. ഞാൻ കാണിച്ചുതരാം.

ഉണ്ണിക്കുട്ടൻ തനിയെ ഹെൽത്ത് സെന്ററിലേക്ക് നടന്നു. ഏതാണ്ട് സ്കൂളിലേക്ക് പോകുന്നതിന്റെ അത്രയും ദൂരമുണ്ട് ഹെൽത്ത് സെന്ററിലേക്ക്. കുറേ നടന്നപ്പോൾ എത്രയും പെട്ടെന്ന് അവിടെയെത്തണമെന്ന് തോന്നി. താനെത്തുംമുമ്പ് സ്വീകരണം തുടങ്ങിയാലോ! അതുപാടില്ല! ഉണ്ണിക്കുട്ടൻ ഓടാൻ തുടങ്ങി. വഴിക്ക് വെച്ച് വിനുമോനേയും അലിക്കുട്ടിയേയും കിട്ടി.

“നിങ്ങളെന്താ എന്നോട് പറയാതെ പോന്നത്?” കണ്ടപാടെ ഉണ്ണിക്കുട്ടൻ കെറുവിച്ചു.

“അതിന് നീയിത്തരം കാര്യങ്ങളിലൊന്നും വരാറില്ലല്ലോ. നീയെപ്പോഴും നാല്ക്കാലികളുടെ പിന്നാലെയല്ലേ?” വിനുമോൻ കളിയാക്കി. അലിക്കുട്ടി അതുകേട്ട് ഉറക്കെ ചിരിച്ചു.

ഉണ്ണിക്കുട്ടൻ തർക്കിക്കാനൊന്നും പോയില്ല. തർക്കിച്ചാൽ കളിയാക്കൽ കൂടും. എന്തായാലും തന്നേക്കാൾ വിവരമുള്ളവരാണ്. സഹിക്കതന്നെ. മാത്രമല്ല അവർ പറഞ്ഞതിലും കുറച്ച് കാര്യമുണ്ട്. ക്ലബ്ബ് വാർഷികത്തിനും മറ്റും സംഘടിപ്പിക്കുന്ന കലാപരിപാടികൾ കാണാൻ താൻ പോകാറില്ല. ഫുട്ബോൾ ടൂർണ്ണമെന്റ് പോലുള്ള ആഘോഷങ്ങൾക്കും പോകാറില്ല. മുതിർന്ന ആളുകൾ കൂടുന്നിടത്ത് പോകാൻ തനിക്ക് മടിയാണ്. തന്റെ ആ സ്വഭാവം അത്ര നല്ലതല്ലാന്ന് അമ്മ പറയാറുണ്ട്. അതൊക്കെ മാറ്റിയെടുത്തേ പറ്റൂ.

അവരെത്തിയപ്പോൾ സ്വീകരണത്തിന് വേണ്ട സജ്ജീകരണങ്ങളെല്ലാം പൂർത്തിയായിരുന്നു. ടാർപ്പായ കൊണ്ട് ചെറിയൊരു പന്തലിട്ടിരുന്നു. കുറച്ചു കസേരകളുണ്ട്. അത് ആദ്യമെത്തിയവർ കൈക്കലാക്കിയിരിക്കുന്നു. അവിടെയെത്തിയപ്പോൾ അലിക്കുട്ടിയും വിനുമോനും പരസ്പരം എന്തോ കുശുകുശുത്ത് മുൻപന്തിയിലേക്ക് പോയി. അവർ തന്നെ അവഗണിക്കുകയാണെന്ന് ഉണ്ണിക്കുട്ടന് തോന്നി. ശരി അങ്ങനെയാകട്ടെ. പിൻനിരയിൽ സ്കൂളിലെ ഏറ്റവും മണ്ടനായ ശംഭു ഒറ്റപ്പെട്ടുനില്ക്കുന്നുണ്ടായിരുന്നു. ഉണ്ണിക്കുട്ടൻ ശംഭുവിനൊപ്പം കൂടി. ശംഭുവിനത് വലിയകാര്യമായി.

ക്ലബ്ബ് സെക്രട്ടറി, വിനുമോന് ചില നിർദ്ദേശങ്ങൾ കൊടുക്കുന്നത് ഉണ്ണിക്കുട്ടൻ കണ്ടു. വിനുമോൻ തലകുലുക്കുന്നുമുണ്ട്. എന്താവും കാര്യം?

ചടങ്ങാരംഭിക്കുകയാണെന്ന് മൈക്കിൽ അനൗൺസ്മെന്റ് കേട്ടു. വേദിയിലിട്ട കസേരകളിലേക്ക് ഫിറോസ്സെയ്ദ് സാറും പ്രധാനപ്പെട്ടവരും വന്നിരുന്നു. ഫിറോസ്സെയ്ദ് സാറിന്റെ തൊട്ടടുത്തിരിക്കുന്നത് പഞ്ചായത്ത് പ്രസിഡണ്ട് അബൂബക്കർ ഹാജിയാണ്. പിന്നെ പഞ്ചായത്ത് മെമ്പർ കുണ്ടൻകണ്ടത്തിൽ കണാരൻ, കുഞ്ഞുലക്ഷ്മിടീച്ചർ, പത്മനാഭൻമാഷ്, ക്ലബ്ബ് സെക്രട്ടറി, എല്ലാവരും 'സഖാവ്' എന്ന് വിളിക്കുന്ന കുട്ടേട്ടൻ, ഉണ്ണിക്കുട്ടന് പേരറിയാത്ത മറ്റ് പൊതുപ്രവർത്തകരും.

ക്ലബ്ബ് സെക്രട്ടറി രാധാകൃഷ്ണനാണ് സ്വാഗതം പറഞ്ഞത്. സെയ്ദ്സാറിനെ സ്വാഗതം ചെയ്തപ്പോൾ അദ്ദേഹം എണീറ്റ് സദസ്സിന് നേരെ കൈകൾകൂപ്പി. അപ്പോൾ വിനുമോൻ ഒരു പൂച്ചെണ്ടുമായ് വേദിയിലേക്ക് ചെന്ന് അതദ്ദേഹത്തിന് സമ്മാനിച്ചു. പൂ വാങ്ങി സെയ്ദ്സർ അനുഗ്രഹിക്കും പോലെ വിനുമോന്റെ തലയിൽ കൈവെച്ചു. ഉണ്ണിക്കുട്ടന് അസ്വസ്ഥത തോന്നി. പഞ്ചായത്ത് പ്രസിഡണ്ടിന് പൂച്ചെണ്ടുകൊടുത്തത് അലിക്കുട്ടിയാണ്. പിന്നെ ഓരോ അതിഥികൾക്കും ഓരോ കുട്ടികൾ ചെന്ന് പൂ സമ്മാനിച്ചു. ഉണ്ണിക്കുട്ടൻ വിഷണ്ണനായി. അവരെല്ലാം ഒരു തരത്തിലല്ലെങ്കിൽ മറ്റൊരു തരത്തിൽ മിടുക്കരായ കുട്ടികളാണ്. താൻ മന്ദബുദ്ധികളുടെ ഗണത്തിലാവും. അതുകൊണ്ടാണല്ലോ തന്നെ മാത്രം ഒന്നിനും വിളിക്കാത്തത്. സാരമില്ല ഒരിക്കൽ താനും മിടുക്കനാണെന്ന് തെളിയിക്കും. അതിനധികം കാലമൊന്നും വേണ്ട! ഓർത്തോളിൻ.

എന്തുകൊണ്ടോ ശംഭുവിനൊപ്പം ചേർന്ന് നില്ക്കാൻ ഉണ്ണിക്കുട്ടന് പിന്നെ മടിതോന്നി. തന്റെ തോളിൽ കൈയിട്ട് നില്ക്കുന്ന അവനെ തന്ത്രപൂർവ്വം അടർത്തിമാറ്റി ഉണ്ണിക്കുട്ടൻ മറ്റൊരു ഭാഗത്തേക്ക് ചെന്ന് നിന്നു. ശംഭു അടുത്ത് വന്ന് വീണ്ടും ലോഹ്യം കൂടാൻ നിന്നപ്പോൾ പ്രകൃതംകൊണ്ട് ഉണ്ണിക്കുട്ടൻ നീരസം പ്രകടിപ്പിച്ചു: ഹും നിന്റെ കൂട്ട് എനിക്ക് വേണ്ട. ശംഭു മാറിപോയപ്പോൾ ശംഭുവിനോടവന് അലിവ് തോന്നുകയും ചെയ്തു. പാവം

ശംഭു.

വേദിയിൽ പ്രസംഗം തുടങ്ങി. ആദ്യം പഞ്ചായത്ത് പ്രസിഡന്റാണ് സംസാരിച്ചത്. അദ്ദേഹം സെയ്ദ്സാറിനെ അഭിനന്ദനങ്ങൾ കൊണ്ടുമൂടി. ഇന്നാട്ടിലേക്ക് സെയ്ദ്സാറെത്തിയത് ഭാഗ്യമാണെന്നും അടുത്തിടപഴകാൻ കഴിഞ്ഞതിൽ അഭിമാനിക്കുന്നുവെന്നൊക്കെ പറഞ്ഞു. കുണ്ടൻകണ്ടത്തിൽ കണാരൻ പ്രസംഗിച്ചപ്പോൾ ഉണ്ണിക്കുട്ടൻപോലും ചൂളിപ്പോയി. എയിത്തുകാരൻ, ഗവേസകൻ എന്നിങ്ങനെ അപരിഷ്കൃതമായാണ് കണാരൻ അഭിസംബോധന ചെയ്തത്. കണാരന്റെ പ്രസംഗം എത്രയും പെട്ടെന്ന് തീരണേ എന്ന് ഉണ്ണിക്കുട്ടൻ പ്രാർത്ഥിച്ചു. ഇത്രയും വിവരംകെട്ട ഒരാൾ! സെയ്ദ്സാറിന് എന്തുതോന്നിക്കാണും! എന്തായാലും ആ കുറവ് കുഞ്ഞുലക്ഷ്മിടീച്ചർ നികത്തി. വളരെ ശ്രദ്ധയോടെയും ആദരവോടെയുമാണ് ടീച്ചർ പ്രസംഗിച്ചത്. ഉണ്ണിക്കുട്ടന് ആശ്വാസമായി. ഒടുവിൽ തന്റെ അദ്ധ്യാപിക തന്നെ വേണ്ടിവന്നു. സഖാവ് കുട്ട്യേട്ടൻ സെയ്ദ്സാറിനെ പൊന്നാട അണിയിച്ചു. അനന്തരം പ്രസംഗിക്കാൻ സെക്രട്ടറി ക്ഷണിച്ചു. മറ്റുള്ളവരെപോലെ ധൃതിയും വെപ്രാളവും കാട്ടാതെയായിരുന്നു അദ്ദേഹം ആരംഭിച്ചത്. അദ്ദേഹം സംസാരിക്കാൻ തുടങ്ങിയപ്പോൾ സദസ്സ് പൂർണ്ണനിശ്ശബ്ദമായി. വാക്കുകൾക്ക് വേണ്ടി സെയ്ദ്സർ തപ്പിയില്ല. കാത്തുനിന്നു. വിയർത്തില്ല, വിറച്ചില്ല. കണാരനും പത്മനാഭൻമാഷുമെല്ലാം പ്രസംഗിക്കുമ്പോൾ എത്രയും വേഗം അവർ സംസാരിച്ചു തീരണേ എന്നാഗ്രഹിച്ചെങ്കിൽ സെയ്ദ്സാറിന്റെ പ്രസംഗം തീർന്ന് പോകരുതേ എന്ന് സദസ്സാഗ്രഹിച്ചു. മുമ്പ് അക്കിക്കാവിലേക്ക് പോകുമ്പോൾ ബസ്യാത്രകൾ എളുപ്പം തീർന്ന് പോയതുപോലെ സെയ്ദ്സാറിന്റെ പ്രസംഗം തീർന്നുപോയല്ലോ എന്ന വിഷമമായി ഉണ്ണിക്കുട്ടന്. അത്രമാത്രം ആ പ്രസംഗം അവനെ ആകർഷിച്ചു. അദ്ദേഹം പ്രസംഗിച്ച് തീർന്നപ്പോൾ വൻകരഘോഷമുണ്ടായി. ഉണ്ണിക്കുട്ടനും കൈയടിച്ചു.

സന്ധ്യയായിട്ടേയുള്ളൂ. വീട്ടിലെത്തിയ ഉടനെ മുറിയിൽ കയറിക്കിടന്നു ഉണ്ണിക്കുട്ടൻ. അവന് എന്തൊക്കെയോ അനുഭവപ്പെട്ടു. നിരാശ, അമർഷം, അസൂയ....... എങ്കിലും പ്രത്യാശയും തോന്നുന്നു. സെയ്ദ്സാറിന്റെ പ്രസംഗത്തിലെ വാക്കുകൾ നാട

കത്തിന് കാണാപാഠം പഠിച്ച ഡയലോഗ് പോലെ അവൻ ഉരുവിട്ടു.

"പ്രിയപ്പെട്ടവരേ,

ജോലി നേടാനും സ്വന്തം ജീവിതം ഭദ്രമാക്കാനുമുള്ള ശ്രമമായി ചുരുങ്ങരുത് വിദ്യാഭ്യാസം. സമത്വസുന്ദരമായ ഒരു ലോകം കെട്ടിപ്പടുക്കാനുള്ള ഉപാധികൂടിയായി തീരണം വിദ്യാഭ്യാസം."

എന്താണിതിന്റെ അർത്ഥം?

ഉണ്ണിക്കുട്ടന് മനസ്സിലായില്ല. എന്നാലോ എന്തൊക്കെയോ ചിലത് ഉള്ളിൽ സ്പർശിക്കുകയും ചെയ്തു.

## പത്ത്

**രാ**വിലെ ഉറക്കമുണർന്നപ്പോൾ ഉണ്ണിക്കുട്ടന്റെ മനസ്സിലാദ്യം ഓടിയെത്തിയത് തലേന്നത്തെ സെയ്ദ്സാറിനുള്ള സ്വീകരണവും അതിനോട് ബന്ധപ്പെട്ട സംഭവങ്ങളുമായിരുന്നു. അവന്റെ തെളിഞ്ഞ മനസ്സിൽ അപ്പോൾ അമർഷവും അസൂയയുമൊന്നുമുണ്ടായിരുന്നില്ല. ഉറക്കം മനസ്സിലെ കരടുകളെല്ലാം തൂത്തുവാരി വൃത്തിയാക്കിയിരുന്നു.

അന്ന് ഉന്മേഷകരമായ ഒരു പ്രഭാതമായുണ്ണിക്കുട്ടനു തോന്നി. പുൽത്തകിടിലും ഇലകളിലും പറ്റിപ്പിടിച്ചിരുന്ന പളുങ്കുപോലുള്ള മഞ്ഞുകണങ്ങൾ സൂര്യപ്രകാശം തട്ടി മിനുങ്ങുന്നു. തെങ്ങോലകളിൽ ഊഞ്ഞാലാടിക്കളിക്കുന്ന പഞ്ചവർണ്ണക്കിളികൾ പുന്നാരങ്ങൾ ചൊല്ലുന്നുണ്ട്. തൊടിയിലും പൂക്കളിലുമെല്ലാം ഇന്നലത്തേക്കാൾ ചിത്രശലഭങ്ങളുണ്ട്.

കുഞ്ഞാട് ഉണ്ണിക്കുട്ടനെ മാടിവിളിച്ചു. രാവിലത്തെ വിഹിതം കിട്ടാനാണ്. ഭക്ഷണത്തിൽ നിന്നൊരു പങ്ക് അവനെന്നും കുഞ്ഞയ്ക്ക് കൊടുത്തിരുന്നു. അന്ന് ദോശയായിരുന്നു. ഒരു ദോശ അവൻ കുഞ്ഞയ്ക്ക് കൊടുത്തു. കുഞ്ഞ ഒറ്റവീർപ്പിനത് തിന്ന് വീണ്ടും ഒന്നുകൂടി കിട്ടാനുള്ള വല്ല വകുപ്പുമുണ്ടോ എന്ന് ശ്രമിച്ചു. രണ്ടാമതൊരു ദോശകൂടി അമ്മകാണാതെ അടുക്കളയിൽ നിന്നെടുത്ത് കുഞ്ഞാടിന്റെ അടുത്തേക്ക് വരുമ്പോഴാണ് വള്ളിയമ്മയുടെ ലാലുനായ വന്നുനില്ക്കുന്നത് കണ്ടത്. ലാലു വല്ല

പ്പോഴുമേ വരൂ, വന്നാലെന്തെങ്കിലും കിട്ടണം. അന്ന് പുഴക്കരയിൽ പോയി കടിപിടി കൂടി പരിക്ക് പറ്റിയതിൽ പിന്നെ ഇങ്ങോട്ടു കണ്ടിട്ടില്ല. പതിവ് തെറ്റിച്ചാൽ ലാലു ഇനി വരാതിരുന്നാലോ! ഉണ്ണിക്കുട്ടൻ ആ ദോശ രണ്ടാക്കി ഭാഗിച്ച് ഒരു കഷ്ണം കുഞ്ഞയ്ക്കും മറ്റേത് ലാലുവിനും കൊടുത്തു. കുഞ്ഞയുടെ ഭാവം കണ്ടാലറിയാം ലാലു വന്നത് അവൾക്ക് തീരെ പിടിച്ചിട്ടില്ല. അപ്പോഴാണ് തൊഴുത്തിലെ പുല്ലൂട്ടിയിൽ നിന്ന് ഒരെലി വീട്ടിലേക്ക് കയറാൻ നോക്കിയത്. ലാലു അത് കണ്ടു. ദോശ തിന്നതിന് നന്ദി അവൻ കാണിച്ചു. കുരച്ചുകൊണ്ട് എലിയുടെ പിന്നാലെ പാഞ്ഞ് അതിനെ തുരത്താൻ ശ്രമിച്ചു. എലി തൊഴുത്തിലേക്കുതന്നെ മടങ്ങി.

അച്ഛൻ പണിയായുധങ്ങളുമായി പോകാനിറങ്ങുകയായിരുന്നു.

“ഇന്നെന്താണുണ്ണിക്കുട്ടാ വേണ്ടത്?” അച്ഛൻ ചോദിച്ചു.

“മുറുക്കുമതി.” ഉണ്ണിക്കുട്ടൻ പറഞ്ഞു. ഇന്നലെ ആറാംനമ്പറായിരുന്നു. മിനിഞ്ഞാന്ന് അച്ചപ്പം. മുറുക്കുതിന്നിട്ട് കുറേ ദിവസമായി. മുറുക്കവന് വളരെയിഷ്ടമാണ്.

പെട്ടെന്നാണ് ലാലു മണത്ത് മണത്ത് സെയ്ദ്സാർ താമസിക്കുന്ന ചന്ദ്രൻമാഷുടെ വീട്ടിലേക്ക് കേറിപ്പോകുന്നത് ഉണ്ണിക്കുട്ടൻ കണ്ട്. അവന് ആപത്ശങ്ക തോന്നി. സെയ്ദ്സർ ലാലുവിന് അപരിചിതനാണ്. അപരിചിതരോട് ലാലു ഒരു മയവും കാട്ടാറില്ല. പലരേയും കടിച്ച ചരിത്രവുമുണ്ട്. ഒരുപക്ഷേ,....! ഉണ്ണിക്കുട്ടൻ അങ്ങോട്ടോടിച്ചെന്നു. ചെന്നപ്പോൾ അവനത്ഭുതപ്പെട്ടുപോയി. സെയ്ദ്സാർ ഉമ്മറത്തിരുന്ന് പത്രം വായിക്കുന്നുണ്ട്. ലാലു പരിചിതരുടെ അടുത്തിരിക്കുംപോലെ സെയ്ദ്സാറിനേയും നോക്കി വെള്ളമൊലിപ്പിച്ച് മുറ്റത്തിരിക്കുകയാണ്. ലാലു എപ്പോഴാണ് സാറിനെ പരിചയപ്പെട്ടത്? അതോ സാറ് വേണ്ടപ്പെട്ടയാളാണെന്ന് ഒറ്റനോട്ടത്തിൽ അവന് മനസ്സിലായോ!

സെയ്ദ്സാർ ഉണ്ണിക്കുട്ടനെ കണ്ടപ്പോൾ ‘ഗുഡ്മോണിങ്’ പറഞ്ഞു. ആദ്യമായാണ് അവനോടൊരാൾ അങ്ങനെ പറയുന്നത്. അധികമാലോചിക്കാതെ അവനും പ്രതിഭ്യവാദ്യം ചെയ്തു. അങ്ങനെ ചെയ്തപ്പോൾ ഒരാത്മവിശ്വാസം ഉണ്ണിക്കുട്ടനനുഭവ

പ്പെട്ടു. താൻ മുതിർന്ന കുട്ടിയായിരിക്കുന്നൊരു തോന്നലും ഉണ്ടായി.

"ഇന്ന് ഉണ്ണിക്കുട്ടന് സ്കൂളില്ലേ?" സെയ്ദ്സർ തിരക്കി.

"ഉണ്ട്. ഞാൻ ലാലുനായ ഇങ്ങോട്ടുവന്നപ്പോൾ പോന്നതാ. പരിചയമില്ലാത്തോരെ അവൻ ചിലപ്പോൾ ഉപദ്രവിക്കും. "

"ഇത് ഉണ്ണിക്കുട്ടന്റെ നായയാണോ?"

"അല്ല. അപ്പുറത്തെ വീട്ടിലെ വള്ളിയമ്മയുടെ നായയാണ്. ഒന്നും കൊടുക്കേണ്ട. ഒരിക്കക്കൊടുത്താ അവനിടയ്ക്കൊക്കെ വരും."

സാറൊന്നും പറയാതെ ചിരിച്ചു.

"കാര്യസ്ഥൻ പറഞ്ഞേല്പിച്ചിരുന്നു. സാറിനെന്തെങ്കിലും

ആവശ്യണ്ടെങ്കി ചെയ്തുതരാൻ. പീടികേ പോകാനുണ്ടോ?" ഞാൻ വാങ്ങിക്കൊണ്ടുവരാം."

"അതൊക്കെ എനിക്ക് സ്വയം ചെയ്യാവുന്നതേയുള്ളൂ. ആവശ്യത്തിനല്ലാതെ ഞാനാരേയും ബുദ്ധിമുട്ടിക്കാറില്ല. ഇന്ന് വൈകീട്ട് പുഴയിൽ പോകണമെന്നുണ്ട്. താല്പര്യണ്ടെങ്കിൽ ഉണ്ണിക്കുട്ടനും എന്റെയൊപ്പം വരൂ."

ഉണ്ണിക്കുട്ടന് സന്തോഷമായി:

"ഞാൻ വരാം സർ."

"എന്റൊപ്പം വരുന്നത് പഠിപ്പിനെ ബാധിക്കരുത്."

"ഇല്ല."

"എന്നാ ഇപ്പോ പോയി വൈകീട്ട് വരൂ."

ഉണ്ണിക്കുട്ടൻ ലാലുവിനേയും കൂട്ടി പുറത്തേക്ക് പോന്നു.

അവർ പുഴയുടെ ഭംഗി ആസ്വദിച്ച് മണൽപരപ്പിലിരിക്കുകയായിരുന്നു.

സെയ്ദ്സർ പറഞ്ഞത് കേട്ടപ്പോൾ ഉണ്ണിക്കുട്ടനത്ഭുതം തോന്നി. അദ്ദേഹത്തിന് നീന്തലറിയില്ലത്രെ. ഇത്രേം വലിയൊരാൾക്ക് നീന്തലറിയില്ലെന്ന് വെച്ചാൽ....! ഉണ്ണിക്കുട്ടനത് സൂചിപ്പിച്ചപ്പോൾ അദ്ദേഹം ചിരിച്ചു.

"എല്ലാം അറിയുന്നവർ ആരുമില്ല ഉണ്ണിക്കുട്ടാ. എല്ലാവരും അപൂർണ്ണരാണ്. ഒരു തരത്തിലല്ലെങ്കിൽ, മറ്റൊരുതരത്തിൽ."

"മാഷെന്താ നീന്തല് പഠിക്കാഞ്ഞത്?" ഉണ്ണിക്കുട്ടന് ജിജ്ഞാസ അടക്കാനായില്ല.

"ഞാനൊരു നഗരത്തിലാണ് ജനിച്ചതും വളർന്നതും. അവിടെ പുഴയോ കുളങ്ങളോ ഒന്നുമില്ല."

"സാറിപ്പോ ഏത് കഥയാ എഴുതുന്നത്?"

"ആരുപറഞ്ഞു ഞാൻ കഥയെഴുതുന്നുണ്ടെന്ന്?"

"കാര്യസ്ഥൻ പറഞ്ഞു."

"എനിക്ക് ചിലതെല്ലാം എഴുതേണ്ടതായിട്ടുണ്ട്. അത് ഉണ്ണിക്കുട്ടൻ കരുതുന്നതുപോലെ കഥയെഴുത്തോ, സാഹിത്യമോ അല്ല."

"സാറിന്റെ ജോലി എന്താണ്?"

"എന്റെ ജോലി പറഞ്ഞാ ഉണ്ണിക്കുട്ടനിപ്പോ മുഴുവൻ മന

സ്സിലാവില്ല. ഒരു ഗവേഷകനാണെന്ന് കരുതാം. ആട്ടെ ഉണ്ണിക്കുട്ടന് എന്തായിത്തീരാനാണാഗ്രഹം?"

"എനിക്ക് കാർപ്പെന്ററായാ മതി."

"അത് ചെറിയ സ്വപ്നമല്ലേ. വലിയ സ്വപ്നങ്ങൾ കണ്ടുകൂടെ ഉണ്ണിക്കുട്ടന്?"

"എന്നാലെനിക്ക് പെരുന്തച്ചനായാ മതി."

"ശരി ശരി. ക്ലാസിൽ ഉണ്ണിക്കുട്ടന് ഏറ്റവും പ്രയാസമേറിയ വിഷയമേതാണ്? "

ഉണ്ണിക്കുട്ടനാലോചിച്ചു. മുമ്പാണെങ്കിൽ ഹിന്ദിയാണെന്ന് പറയാമായിരുന്നു. ഇപ്പോ ഹിന്ദി മലയാളത്തിനേക്കാൾ എളുപ്പമാണ്.

"ഇംഗ്ലീഷ്." ഉണ്ണിക്കുട്ടൻ പിറുപിറുത്തു.

"ശരി. എന്നാലിന്നുമുതൽ ഞാൻ ഉണ്ണിക്കുട്ടന്റെ ഇംഗ്ലീഷ് മാസ്റ്ററാണ്. ഞാൻ പോകുമ്പോഴേക്കും ഉണ്ണിക്കുട്ടന് ഇംഗ്ലീഷ് എളുപ്പമുള്ള വിഷയമായിതീരും."

"എനിക്കിംഗ്ലീഷ് വേഗമൊന്നും മനസ്സിലാവില്ല. സാറിനറിയ്യോ, ഞാൻ ആറാംക്ലാസിൽ തോറ്റവനാണ്."

"സാരമില്ല. ഞാൻ പഠിപ്പിക്കുക പാഠപുസ്തകം വെച്ചല്ല. അതുകൊണ്ട് ഇത് രസകരമായ ഒരു കാര്യമായിരിക്കും. "

"മാഷെത്രകാലം ഇവിടെ താമസിക്കും?."

"പരമാവധി ഒരു വർഷം വരെ.

ഇന്നത്തെ ഇംഗ്ലീഷ് ക്ലാസ് ഈ പൂഴിമണലിൽ എഴുതി ഇവിടെയാരംഭിക്കുന്നു. ഇന്നുമുതൽ ദിവസം രണ്ടിംഗ്ലീഷ് വാക്കുകളുടെ അർത്ഥവും സ്പെല്ലിങ്ങും ഉച്ചാരണവും ഉണ്ണിക്കുട്ടൻ പഠിച്ചിരിക്കണം. വെറും 15 മിനിട്ട് മാത്രമേ ഉണ്ണിക്കുട്ടന് ക്ലാസുള്ളൂ. ഇന്ന് പഠിക്കേണ്ട ഇംഗ്ലീഷ് വാക്കുകൾ ഫിഷും, മെഷീനും. പറയൂ എന്താണ് ഫിഷിന്റെ അർത്ഥവും സ്പ്പെല്ലിങ്ങും?"

ഉണ്ണിക്കുട്ടന് സന്തോഷമായി. രണ്ടും അവനറിയാവുന്ന വാക്കുകളാണ്

"ഫിഷ് എന്നുപറഞ്ഞാ മീൻ. സ്പെല്ലിങ് F I S H."

"വെരിഗുഡ്. ഇനി മെഷീന്റെ അർത്ഥവും സ്പെല്ലിങ്ങും പറയൂ."

"മെഷീൻ എന്നു പറഞ്ഞാ മെഷീൻ തന്നെ. അതിന്റെ മലയാളം അതുതന്നെയല്ലേ."

"മെഷീൻ മലയാളംപോലെ സുപരിചിതമായ വാക്കായതുകൊണ്ടാണ് ഉണ്ണിക്കുട്ടനങ്ങനെ തോന്നുന്നത്. ആലോചിച്ച് നോക്കൂ. മെഷീന് മലയാളപദമുണ്ട്."

ഉണ്ണിക്കുട്ടനാലോചിച്ചു. എന്താണ് മെഷീന്റെ മലയാളം? കുറേ ചിന്തിച്ച് അവനുത്തരം കണ്ടെത്തി. ഒരു കിതപ്പോടെയാണവൻ ഉത്തരം പറഞ്ഞത്. മാനസികമായി അത്രയും വലിയ അദ്ധ്വാനം അവൻ നടത്തിക്കഴിഞ്ഞിരുന്നു.

"യന്ത്രം."

"ശരിയാണ്. ഇനി സ്പെല്ലിങ് പറയൂ."

'MASS..."

"തെറ്റി."

"MESION."

"അല്ല."

ഉണ്ണിക്കുട്ടൻ മാറ്റിയും മറിച്ചും അനേകം തവണ പറഞ്ഞിട്ടും അത് ശരിയായില്ല. തനിക്കിത്രയും പരിചിതമായ പദത്തിന്റെ സ്പെല്ലിങ് അറിയില്ലായെന്നത് കുറച്ചിൽ തന്നെ. അവസാനം ഉണ്ണിക്കുട്ടൻ തോല്‌വി സമ്മതിച്ചു. സെയ്ദ്സർ താൻ പറയുന്ന അക്ഷരങ്ങൾ പൂഴിമണലിൽ എഴുതാൻ ആവശ്യപ്പെട്ടു. അവനെഴുതി:

'MACHINE'

ഉണ്ണിക്കുട്ടന് വിശ്വസിക്കാൻ കഴിഞ്ഞില്ല. മെഷീന്റെ സ്പെല്ലിങ് ഇങ്ങനെയാണോ എഴുതുക? ഇതെങ്ങനെ മെഷീൻ എന്ന് വായിക്കും. ഇതിന് മുമ്പ് അവനെ അത്ഭുതപ്പെടുത്തിയ വാക്ക് INDIA എന്നായിരുന്നു. ഇന്ത്യയുടെ സ്പെല്ലിങ്ങും ഉച്ചാരണവും ഉണ്ണിക്കുട്ടനെ സംബന്ധിച്ച് പൊരുത്തപ്പെടുന്നേയില്ലായിരുന്നു. കുറേ കഴിഞ്ഞപ്പോഴാണ് അവനത് ഉൾക്കൊള്ളാനായത്. ഇപ്പോഴിതാ മറ്റൊരു വാക്ക് - MACHINE. അവൻ പൂഴിമണലിൽ മായ്ച്ചു, എഴുതി. വീണ്ടും..... ഇല്ല ഇനി ഒരിക്കലുമിത് മറക്കുകയില്ല. അത്രയ്ക്കുറച്ചുപോയിരിക്കുന്നു.

സാറ് പോകുമ്പോഴേക്കും തനിക്ക് ഇംഗ്ലീഷ് ഹിന്ദി

യേപ്പോലെ എളുപ്പമുള്ള വിഷയമായി തീരുമെന്ന് അവനുറപ്പായി. അതൊരു കോരിത്തരിപ്പായ് അവന്റെ ഉടലാകെ പടർന്നു.

## പതിനൊന്ന്

**പി**റ്റേന്ന് സെയ്ദ്സർ ഉണ്ണിക്കുട്ടനെ പഠിപ്പിച്ചത് വവ്വൽസിനെ കുറിച്ചായിരുന്നു. അവനിതുവരെ അങ്ങനെയൊന്ന് കേട്ടിട്ടേയില്ലായിരുന്നു. a, e, i, o, u എന്നിവയാണ് ഇംഗ്ലീഷിൽ വവ്വൽസ് അഥവാ സ്വരാക്ഷരങ്ങൾ. ഇവയിൽ ഉച്ചാരണമാരംഭിക്കുന്ന വാക്കുകൾക്ക് മുമ്പിൽ 'an' എന്ന ആർട്ടിക്കിൾ ആണത്രെ ഉപയോഗിക്കേണ്ടത്. ശരിയാണ് an apple. a apple എന്ന് പറയാറില്ല. an hour, an uncle....

എന്നും സ്കൂൾ വിട്ട് കുളി കഴിഞ്ഞതിന് ശേഷം ഉന്മേഷത്തോടെയാണ് ഉണ്ണിക്കുട്ടൻ സെയ്ദ്സാറിന്റെ അടുത്തേക്ക് ചെല്ലുക. ഓരോ ക്ലാസ് കഴിയുമ്പോഴും അടുത്ത ക്ലാസ് ആവാൻ ഉണ്ണിക്കുട്ടൻ തിടുക്കപ്പെട്ടുതുടങ്ങി. അത്രമാത്രം രസകരമായിരുന്നു സെയ്ദിസാറിന്റെ ക്ലാസ്. എല്ലാ അദ്ധ്യാപകരും സെയ്ദ്സാറിനേയും ലളിതടീച്ചറേയുംപോലെയായിരുന്നെങ്കിൽ ഇവിടെ മണ്ടൻമാരായ വിദ്യാർത്ഥികളുണ്ടാകുകയില്ലായെന്ന് ഉണ്ണിക്കുട്ടന് തോന്നി. എന്തുകൊണ്ടാണ് എല്ലാവരും നല്ല അദ്ധ്യാപകരല്ലാത്തത്?

ഞായറാഴ്ച.

അന്ന് സെയ്ദ്സർ ഗ്രാമത്തിലെ പ്രധാനപ്പെട്ട ചില കുളങ്ങൾ കണ്ടാൽ കൊള്ളാമെന്ന് ആഗ്രഹം പ്രകടിപ്പിച്ചു. അങ്ങനെ ഉണ്ണിക്കുട്ടൻ സെയ്ദ്സാറിനേയും കൂട്ടി മുണ്ടയൻകോട്ടിലെ തുറവൻകുളത്തിലേക്ക് പോയി. അതാണ് ഗ്രാമത്തിലെ ഏറ്റവും വലിയ കുളം. ആ കുളത്തെപറ്റി പേടിപ്പെടുത്തുന്ന ചില കഥകൾ ഉണ്ണിക്കുട്ടൻ കേട്ടിട്ടുണ്ട്. തുറവൻകുളത്തിന്റെ അടിത്തട്ടിൽ മടക്കായ് കിടക്കുന്ന ഒരു കിണറുണ്ട്. ഐസുപോലെ തണുപ്പാണത്രെ അവിടത്തെ വെള്ളം. ആ കിണറിലേക്ക് ഊളിയിട്ട് പോകാൻ കഴിയും. പക്ഷേ, തിരിച്ചുപോരാൻ പറ്റില്ല. വഴിതെറ്റും. ശ്വാസം മുട്ടി മരിക്കുകയേ പിന്നെ നിവർത്തിയുള്ളൂ. അതു

കാരണം കുട്ടികളാരും ഉപരിതലത്തിൽനിന്ന് അടിത്തട്ടിലേക്ക് പോകാറില്ല. നീർക്കോലികൾ, ഞണ്ടുകൾ, മുയ്മീൻ, ആമകൾ, ചെള്ളികൾ, തവളകൾ തുടങ്ങിയവ യഥേഷ്ടം തുറവൻകുളത്തിൽ വസിക്കുന്നുണ്ട്.

അവർ ചെന്നപ്പോൾ കുളത്തിൽ ചാത്തുട്ടിമൂപ്പൻ എന്ന വയസ്സൻ കുളിക്കുന്നുണ്ടായിരുന്നു. സാറ് മൂപ്പനോട് ചില വിവരങ്ങൾ അന്വേഷിച്ചു.

കുളത്തിന്റെ പഴക്കം ചാത്തുട്ടിമൂപ്പനും അറിയില്ല. മൂപ്പനിപ്പോൾ എഴുപത്തഞ്ച് വയസ്സുകാണും. മൂപ്പനോർമ്മവെച്ചപ്പോൾ മുതൽ ഈ കുളം ഇങ്ങനെയുണ്ട്. ഒരു നൂറ്റാണ്ടിന്റെ പഴക്കം എന്തായാലും അനുമാനിക്കാം. കുളത്തിലുള്ള ഉൾക്കിണർ സത്യ

മാണ്. അതാണീ കുളത്തെ ഭയാനകമാക്കുന്നത്. ആ കിണർ അവസാനിക്കുന്നത് പുഴയിലാണത്രെ. പക്ഷേ, അത്രയും ദൂരം ശ്വാസം പിടിച്ച് യാത്രചെയ്യാൻ മനുഷ്യന് കഴിയുകയില്ല.

സെയ്ദ്സർ ഒരു നോട്ടുബുക്കിൽ മൂപ്പൻ പറഞ്ഞ കാര്യങ്ങളെല്ലാം കുറിച്ചെടുക്കുന്നുണ്ടായിരുന്നു. അദ്ദേഹം കൊണ്ടുവന്ന ക്യാമറയിൽ കുളത്തിന്റെ കുറേ ഫോട്ടോകളുമെടുത്തു. അതൊക്കെ എന്തിനാണെന്ന് ഉണ്ണിക്കുട്ടന് മനസ്സിലായില്ല. ചാത്തുട്ടി മൂപ്പന്റെ ഫോട്ടോയെടുക്കാൻ സെയ്ദ്സർ ശ്രമിച്ചപ്പോൾ 'അത് ഞാൻ സമ്മതിക്കൂല' എന്നുപറഞ്ഞ് മൂപ്പൻ വെള്ളത്തിലേക്ക് കൂന്നു. ഉണ്ണിക്കുട്ടന് ചിരിപൊട്ടി.

പിന്നീട് ഉണ്ണിക്കുട്ടൻ പള്ളിയിൽ ബാങ്ക് വിളിക്കുമ്പോൾ ജലനിരപ്പ് ഉയരുന്ന മണിക്കിണറിലേക്കാണ് സെയ്ദ്സാറിനെ കൂട്ടിക്കൊണ്ടുപോയത്.

“ആരാണ് ഉണ്ണിക്കുട്ടനോടീ കഥ പറഞ്ഞത്?”

“അലിക്കുട്ടീം അവന്റെ ഉപ്പയുമൊക്കെ പറയാറുണ്ട്.”

സെയ്ദ്സർ ചിരിച്ചു.

മണിക്കിണറിലെ വെള്ളത്തിന് മീതെ സ്വർണ്ണനിറത്തിലുള്ള ഒരു പാട ആവരണംപോലെ വ്യാപിച്ചുകിടന്നിരുന്നു. അത് മുമ്പും അങ്ങനെയായിരുന്നെന്ന് ഉണ്ണിക്കുട്ടനറിയാം. അവർ നോക്കിനില്ക്കവെ കിണറ്റിൽ നിന്നൊരു മഞ്ഞച്ചേര പുറത്തേക്കിഴഞ്ഞുപോയി. സാറാ ദൃശ്യം ക്യാമറയിൽ പകർത്തി. ചേര പുളച്ചപ്പോൾ അകന്നുമാറിയ പാട പിന്നെയും മുറികൂടി.

“ആ പാട എന്തുകൊണ്ടാണെന്ന് ഉണ്ണിക്കുട്ടന് മനസ്സിലായോ?” സെയ്ദ്സർ ചോദിച്ചു.

“ഇല്ല.”

“ഇവടെയടുത്തെവിടെയോ ഒരു ശ്മശാനം സ്ഥിതിചെയ്യുന്നുണ്ടെന്നാണ് അതിനർത്ഥം.”

“ഇവിടെ അങ്ങനെയൊന്നുമില്ല.”

“ഭൂമിക്കടിയിൽ അറിയപ്പെടാതെ കിടക്കുന്നുണ്ടാവാം. പണ്ടുകാലത്തെ യുദ്ധത്തിന്റെ, കലാപത്തിന്റെ, ദാരിദ്രത്തിന്റെ, രോഗത്തിന്റെയൊക്കെ ഒരു സ്മാരകം.”

ഉണ്ണിക്കുട്ടന് അത് കേട്ടപ്പോൾ ഭയം തോന്നി. ശ്മശാനം, യുദ്ധം, രോഗം. ദാരിദ്ര്യം..... എന്തൊക്കെയാണ് സാർ പറയുന്നത്. അവന്റെ ഭാവം മനസ്സിലാക്കിയ സെയ്ദ്സാറവനെ അദ്ദേഹത്തോട് ചേർത്തുപിടിച്ചു. സ്നേഹത്തിന്റെ, രക്ഷാകർതൃത്വത്തിന്റെ സുരക്ഷിതത്വം ഉണ്ണിക്കുട്ടനറിഞ്ഞു. എന്തുകൊണ്ടോ ഒരു വർഷം കഴിഞ്ഞാൽ സെയ്ദ്സർ പോകുമല്ലോ എന്ന വ്യസനം അപ്പോഴവനെ പിടികൂടി.

"ഇന്നത്തേത് മതി. നമുക്ക് മടങ്ങാം." സെയ്ദ്സർ പറഞ്ഞു.

## പന്ത്രണ്ട്

**ദി**വസങ്ങൾ കടന്നുപോയി.

സ്കൂളിൽ കലോത്സവത്തിനുള്ള ഒരുക്കങ്ങളാരംഭിച്ചു. ക്ലാസ്ടീച്ചർ മെമ്മോ കൊണ്ടുവന്നു. ഒരാഴ്ചയ്ക്കുള്ളിൽ പങ്കെടുക്കാനാഗ്രഹിക്കുന്നവർ പേര് നല്കണം. പരിപാടിക്ക് ഒരു മാസത്തെ ഇടയുണ്ട്.

ഈ സ്കൂളിൽ ഇതവസാനത്തെ അവസരമാണ്. ഇത്തവണയെങ്കിലും സമ്മാനം നേടണം. ചിരകാലാഗ്രഹം ഉണ്ണിക്കുട്ടനിൽ നുരയിട്ടു. നാടകവും ടാബ്ലോയുമാണല്ലോ ഉണ്ണിക്കുട്ടന്റെ സ്ഥിരം തട്ടകം. ഉണ്ണിക്കുട്ടൻ പങ്കാളിയായ നാടകഗ്രൂപ്പ് പുതിയ നാടകത്തിന് വേണ്ടിയുള്ള തട്ടിക്കൂട്ടലുകളാരംഭിച്ചിട്ടുണ്ട്. എന്തുകൊണ്ടോ ഉണ്ണിക്കുട്ടനിപ്രാവശ്യം നാടകത്തിൽ കമ്പം തോന്നിയില്ല. നാടകത്തിന് പ്രൈസ് കിട്ടില്ല എന്നവനുറപ്പാണ്. ടാബ്ലോയ്ക്ക് ഉണ്ണിക്കുട്ടൻ പേര് കൊടുത്തു. ഒന്നൊറ്റയ്ക്കും മറ്റൊന്ന് ഗ്രൂപ്പായും. തനിക്ക് അവതരിപ്പിച്ച് സമ്മാനം നേടാൻ പറ്റിയ കലാപരിപാടികൾ വേറെയൊന്നുമില്ലല്ലോ എന്ന ചിന്ത അവനെ പിടികൂടി. അതൊരു വിഷാദമായി രൂപപ്പെട്ടു.

അവൻ സെയ്ദ്സാറിന്റെ വീട്ടിൽ ചെന്നപ്പോൾ സാറത് ശ്രദ്ധിച്ചു.

"എന്താണ് ഉണ്ണിക്കുട്ടന്റെ വിഷമത്തിന് കാരണം?"

ഉണ്ണിക്കുട്ടൻ വിഷയമെല്ലാം സാറിന്റെ മുമ്പിലവതരിപ്പിച്ചു:

"ഇക്കുറിയെങ്കിലും എനിക്ക് സമ്മാനം നേടണം. അങ്ങനെ

പേരെടുക്കണം. പക്ഷേ, കഴിവിന്റെയും അർഹതയുടെയുമൊക്കെ കാര്യമാലോചിക്കുമ്പോൾ.... ഇല്ല! എനിക്കൊന്നും കിട്ടില്ല."

സാറവനെ ആശ്വസിപ്പിച്ചു.

"സാരമാക്കണ്ട. ഇക്കുറി ഉണ്ണിക്കുട്ടൻ സമ്മാനം നേടും. അതിന് ഉണ്ണിക്കുട്ടന് പെർഫോം ചെയ്യാൻ പറ്റിയ ഐറ്റം ഏതെന്ന് കണ്ടെത്തണം. അഭിനയം, പാട്ട്, നൃത്തം, മിമിക്രി. ചിത്രരചന, കഥാപ്രസംഗം.... ഇതിലേതാണ് ഉണ്ണിക്കുട്ടന് താല്പര്യമുള്ള വിഷയം?"

"താല്പര്യം എല്ലാത്തിലുമുണ്ട് സർ. പക്ഷേ, ഇതിലൊന്നിലും കഴിവില്ല. എനിക്ക് പാട്ടുപാടാനറിയില്ല. ഡാൻസ് കളിക്കാനറിയില്ല, മിമിക്രിയോ മോണോആക്ടോ പറ്റില്ല. സബീറും കൂട്ടരും എല്ലാ കൊല്ലവും സമ്മാനം നേടുന്നു. ഞാനൊന്നിനും കൊള്ളാത്തവനാണ്." ഉണ്ണിക്കുട്ടൻ കരച്ചിലിന്റെ വക്കോളമെത്തി.

"എന്നാ ഉണ്ണിക്കുട്ടനിപ്രാവശ്യം പങ്കെടുക്കേണ്ട വിഭാഗം ഏതെന്ന് ഞാൻ പറഞ്ഞുതരാം. കുറച്ചുകഷ്ടപ്പെടണം."

"അതേതാണ്?" ഉണ്ണിക്കുട്ടൻ ആകാംക്ഷയോടെ ചോദിച്ചു.

സാറത് പറഞ്ഞപ്പോൾ ഉണ്ണിക്കുട്ടൻ ഞെട്ടി. അപ്പോൾ തന്നെ മൂത്രം പോകുന്നതായ് അവന് തോന്നി.

പ്രസംഗം!!

"എന്നെക്കൊണ്ട് കഴിയില്ല. അതിലും ഭേദം നാടകം തന്നെയാണ്." ഉണ്ണിക്കുട്ടൻ നിലവിളിക്കും പോലെ പറഞ്ഞു.

"ഉണ്ണിക്കുട്ടന് കഴിയും. ഞാൻ പഠിപ്പിച്ച് തരാം. ഒരു മാസത്തെ ഇടയുണ്ടല്ലോ. നാടകം ഒഴിവാക്കിയേക്ക്. ടാബ്ലോയും പ്രസംഗവും മതി. അപ്പോഴതിൽ മാത്രം ശ്രദ്ധ കേന്ദ്രീകരിക്കാനും പറ്റും."

ഉണ്ണിക്കുട്ടന് ആശയക്കുഴപ്പമായി. താൻ പ്രസംഗിക്കുക! ഓർക്കുമ്പോഴേ നെഞ്ചിടിക്കുന്നു. പക്ഷേ, സെയ്ദ്സാറാണ് പറയുന്നത്. അദ്ദേഹത്തിന്റെ മുന്നിൽനിന്ന് ഓടിപ്പോയാലോ എന്നുവരെ ഉണ്ണിക്കുട്ടന് തോന്നി.

"ആട്ടെ സ്കൂളിൽ സ്ഥിരം പ്രസംഗമത്സരത്തിൽ പങ്കെടുക്കുന്നതാരൊക്കെയാണ്?" അദ്ദേഹം ചോദിച്ചു.

"ഏഴ് എ യിലെ ഒരു കണ്ണടക്കാരി ഗുണ്ടുമണിയുണ്ട്. സബിത.

അവൾക്കാണ് മിക്കവാറും സമ്മാനം കിട്ടുക, പിന്നെ മണികണ്ഠദാസ്, ആറാം ക്ലാസിലെ ഉഷാറാണി. കുറച്ചാളുകളേ പ്രസംഗത്തിനുണ്ടാകാറുള്ളൂ. പേര് കൊടുത്ത പലരും ആ സമയത്ത് വെച്ച് പേടിച്ച് പിൻമാറും."

"പേടി മാറ്റാനൊരു വഴിയേയുള്ളൂ. വിഷയം എന്താണോ അത് നന്നായി പഠിക്കുക. ആത്മാർത്ഥമായി പ്രസംഗിച്ച് പരിശീലിക്കുക. അതിലൂടെ ആത്മവിശ്വാസം ആർജ്ജിക്കുക. ഉണ്ണിക്കുട്ടൻ നാളെത്തന്നെ പ്രസംഗമത്സരത്തിന് പേര് കൊടുക്കുക. ബാക്കിയെല്ലാം ഞാനേറ്റിരിക്കുന്നു."

പിറ്റേന്ന് പ്രസംഗമത്സരത്തിന് ഉണ്ണിക്കുട്ടൻ പേര് നല്കിയ

പ്പോൾ എല്ലാ കുട്ടികളും അന്തംവിട്ടുപോയി. ഏതാനും നിമിഷങ്ങൾ ക്ലാസിൽ നിശ്ശബ്ദതയായിരുന്നു. സബീർ പിന്നോട്ട് തിരിഞ്ഞുനോക്കി: ഈ പൊട്ടനിതെന്തുപറ്റി?

"ഉണ്ണിക്കൃഷ്ണനൻ പ്രസംഗമത്സരത്തിന് തന്നെയല്ലേ, മാറി പറഞ്ഞതൊന്നുമല്ലല്ലോ?" ക്ലാസ്ടീച്ചർ ഉറപ്പുവരുത്തി.

"അതെ ടീച്ചർ." പതർച്ചയില്ലാതെ മറുപടി പറയാനവൻ ശ്രദ്ധിച്ചു.

ഉച്ചഭക്ഷണത്തിന് സ്കൂൾ പിരിഞ്ഞപ്പോൾ സബീറടക്കം ക്ലാസിലെ മിക്ക കുട്ടികളും ഉണ്ണിക്കുട്ടനോട് തർക്കിച്ചു:

"എന്തുകണ്ടിട്ടാണ് പ്രസംഗത്തിന് പേര് കൊടുത്തത്? നിന്നെക്കൊണ്ടതിന് പറ്റ്വോ?"

"മുട്ടുവിറച്ച് സ്റ്റേജില് നില്ക്കാനേ പറ്റില്ല മണ്ടാ, നീ അപ്പിയിടും."

"വഷളാവാതിരിക്കണെങ്കി നീ പ്രസംഗത്തിൽനിന്ന് പിൻവാങ്ങിക്കോ"

എല്ലാവരുടേയും നിഷേധവും പരിഹാസവും ഒരു വാശിയായി മാറി ഉണ്ണിക്കുട്ടനിൽ നിറഞ്ഞു. സബീറിന്റെ ചോദ്യത്തിന് മാത്രമാണവൻ ഉത്തരം പറഞ്ഞത്.

"ക്ലാസിലെ ഏറ്റവും ബുദ്ധിമാനായ എന്നെക്കൊണ്ടുപോലും കഴിയാത്ത ഒന്നാണ് പ്രസംഗം. ആ സ്ഥിതിക്ക് വിവരമില്ലാത്ത നിന്നെക്കൊണ്ടതിന് പറ്റ്വോ?" ഇതായിരുന്നു സബീറിന്റെ ചോദ്യം.

"നിനക്ക് എന്നേക്കാൾ വിവരമുണ്ടെന്നുറപ്പാണോ?" ഉണ്ണിക്കുട്ടൻ തിരിച്ചടിച്ചു.

ആ ചോദ്യം സബീർ തീരെ പ്രതീക്ഷിച്ചിരുന്നില്ല:

"ഉറപ്പാണ്."

"എങ്കിൽ ഞാൻ ചോദിക്കുന്ന ചില ചോദ്യങ്ങൾക്ക് നീയുത്തരം പറയണം."

"പറയാം, ചോദ്യം വരട്ടെ." സബീർ നിസ്സാരമായ് പറഞ്ഞു.

കുറേ കുട്ടികൾക്കിടയിൽ നിന്നാണ് സബീറിനെ ഉണ്ണിക്കുട്ടൻ വെല്ലുവിളിച്ചത്. പെൺകുട്ടികളടക്കം ക്ലാസിലെ മിക്കവരും അവർ തമ്മിലുള്ള സംവാദം ശ്രദ്ധിച്ചു.

'ചോദ്യം ഇതാണ്." ഉണ്ണിക്കുട്ടൻ പ്രഖ്യാപിച്ചു. "മെഷീൻ

എന്ന വാക്കിന്റെ സ്പെല്ലിങ് എന്താണ്?"

മെഷീൻ? സബീർ ആലോചിച്ചു.

"MASSION." സബീർ ഉത്തരം പറഞ്ഞു.

"അല്ല."

"MESIAN."

"അതുമല്ല."

സബീറിന് ക്ലാസിലുള്ള തന്റെ അംഗീകാരം നഷ്ടപ്പെടുന്നതായി തോന്നി. നിസ്സാരമായ ഈ വാക്കിന്റെ സ്പെല്ലിങ് തെറ്റിച്ച് മിടുക്കനല്ലാത്ത ഒരു കുട്ടിയുടെ മുന്നിൽ തോല്ക്കുക എന്നുവെച്ചാൽ... ഇതിന് മുമ്പൊരിക്കലും ഇവനിങ്ങനെ ആളായിട്ടുണ്ട്.

"അതുതന്നെയാണ് സ്പെല്ലിങ്. അല്ലാന്ന് പറഞ്ഞാ ഞാൻ സമ്മതിക്കില്ല," സബീർ ഒച്ചയുണ്ടാക്കി.

"അതു തെറ്റാണ്. തോല്‌വി സമ്മതിച്ചാ ഞാൻ പറഞ്ഞുതരാം."

"നീ പറ കേക്കട്ടെ."

"MACHINE."

"പൊട്ടാ അതുതെറ്റാണ്. ഞാൻ പറഞ്ഞതാ ശരി. വേണമെങ്കിൽ നമുക്കടുത്ത ക്ലാസിൽ പത്മനാഭൻ മാഷിനോട് ചോദിക്കാം." സബീർ തർക്കിച്ചു.

"ശരി അങ്ങനെയെങ്കിൽ അങ്ങനെ." അപ്പോഴേക്കും സബീറും ഉണ്ണിക്കുട്ടനും തമ്മിലുള്ള തർക്കം ക്ലാസിലെ മുഴുവൻ കുട്ടികളും അറിഞ്ഞു കഴിഞ്ഞിരുന്നു.

പത്മനാഭൻമാഷ് ക്ലാസിൽ വന്നപ്പോൾ ഭവ്യതയോടെ സബീർ തന്നെ വിഷയം അവതരിപ്പിച്ചു. മാഷിന് സന്തോഷമായി. ചോദ്യം ചോദിക്കുന്ന കുട്ടികളെ അദ്ദേഹത്തിന് പ്രത്യേക ഇഷ്ടമാണ്.

മാഷ് സബീറിനോട് ബോർഡിൽ സ്പെല്ലിങ് എഴുതാൻ ആവശ്യപ്പെട്ടു. സബീർ തന്റെ വാദം എഴുതി. MESIAN. ഇത് ശരിയാണെന്ന് കരുതുന്നവർ കൈപൊക്കൂ എന്നായി പത്മനാഭൻമാഷ്.

കൈകളോരുന്നായുയരാൻ തുടങ്ങി. പെൺകുട്ടികളിലെ മുഴുവൻ പേരും കൈപൊക്കി. കാരണം സബീറാണല്ലോ എഴുതിയി

രിക്കുന്നത്. സബീറിനോട് ദേഷ്യമുള്ള പിൻബെഞ്ചിലെ കുട്ടികളും മൂന്നാം ബെഞ്ചിലെ ഉണ്ണിക്കുട്ടന്റെ ഉറ്റമിത്രം സുകുവും ഒഴികെ ആൺകുട്ടികളിൽ എല്ലാവരും കൈപൊക്കി. സബീറിന് സന്തോഷമായി. പക്ഷേ, ഉണ്ണിക്കുട്ടന്റെ ആത്മവിശ്വാസം തകർന്നില്ല. തന്നെ പഠിപ്പിച്ചത് ഈ രാജ്യം തന്നെ ബഹുമാനിക്കുന്ന ഫിറോസ്സെയ്ദ് സാറാണ്. അദ്ദേഹത്തിന് തെറ്റില്ല. അദ്ദേഹത്തിനോടാണോ കളി?

എല്ലാവരോടും കൈതാഴ്ത്താൻ പറഞ്ഞ് പത്മനാഭൻമാഷ് ഉണ്ണിക്കുട്ടനെ വിളിച്ച് ബോർഡിലെഴുതാൻ പറഞ്ഞു. അവനെഴുതി.

പത്മനാഭൻമാഷ് പറഞ്ഞു:

"ഉണ്ണികൃഷ്ണനെഴുതിയതാണ് ശരി. വളരെ സാധാരണമായ ഒരു വാക്ക്. പക്ഷേ, സ്പെല്ലിങ് വ്യത്യസ്തമാണ്. അതാണ് മെഷീൻ."

എല്ലാവരുമപ്പോൾ അത്ഭുതത്തോടെ ബോർഡിനടുത്ത് നില്ക്കുന്ന ഉണ്ണിക്കുട്ടനെ തന്നെ നോക്കി. അവനപ്പോൾ സഭാകമ്പം തോന്നിയില്ല. ഒട്ടും ചൂളാതെ ജേതാവായി ഉണ്ണിക്കുട്ടൻ നിന്നു. ഇനിയും പ്രയോഗിക്കാൻ ഇംഗ്ലീഷിൽ അനവധി അറിവുകൾ താൻ സമ്പാദിച്ചിരിക്കുന്നുവെന്ന് ഗൂഢമായ ആനന്ദത്തോടെ അവനോർത്തു.

## പതിമൂന്ന്

**ച**ക്കക്കുരുവും മുരിങ്ങയിലയും കൊണ്ടുള്ള കൂട്ടാനായിരുന്നു അന്ന് വീട്ടിൽ വെച്ചിരുന്നത്. ഉണ്ണിക്കുട്ടനത് വളരെയിഷ്ടമാണ്. അതുകൊണ്ട് സ്കൂൾ വിട്ടുവന്നാൽ പതിവുള്ള പലഹാരം കഴിക്കാതെ ചോറുണ്ടു. അമ്മ മൂവ്വാണ്ടൻമാങ്ങ കൊണ്ടുണ്ടാക്കിയ നല്ല എരിവുള്ള മാങ്ങാക്കറിയും ഒറ്റിച്ചുകൊടുത്തു.

കഴിച്ചുകഴിഞ്ഞപ്പോൾ ഉണ്ണിക്കുട്ടൻ ഒരു കുസൃതി ഒപ്പിച്ചു. ഒരുരുള ചോറ് മാങ്ങാക്കറിയിൽ മുക്കി കുഞ്ഞാടിന് കൊടുത്തു. ധൃതിയിൽ അത് തിന്നതിന് ശേഷം എരിവടക്കാൻ കുഞ്ഞ പാടുപെടുന്നത് കണ്ട് ഉണ്ണിക്കുട്ടൻ ഊറിച്ചിരിച്ചു. ഇടയ്ക്കൊക്കെ

കുഞ്ഞാടിനെ ഇങ്ങനെയൊക്കെ പറ്റിക്കാറുണ്ട് ഉണ്ണിക്കുട്ടൻ.

സ്കൂളിൽ സബീറിനെ തോല്പിച്ച കഥ അവനമ്മയോട് പറഞ്ഞിരുന്നു. അച്ഛൻ വന്നാ അച്ഛനോടും പറയണം. അതിനേക്കാൾ അമ്മയ്ക്കിഷ്ടമായത് ഉണ്ണിക്കുട്ടൻ പ്രസംഗ മത്സരത്തിൽ പങ്കെടുക്കുന്നു എന്ന കാര്യമാണ്. സെയ്ദ്സാറാണ് ഉണ്ണിക്കുട്ടന്റെ പിൻബലം എന്ന് അമ്മയ്ക്കറിയാം. സാറ് വന്നതിന് ശേഷം ഉണ്ണിക്കുട്ടനാകെ മാറിയിരിക്കുന്നു. വീട്ടിൽ വിശേഷപ്പെട്ടതെന്തെങ്കിലും ഉണ്ടാക്കിയാൽ അതിൽ നിന്നൊരു പങ്ക് അമ്മ സെയ്ദ്സാറിനും കൊടുത്തയയ്ക്കും. രണ്ടു ദിവസം മുമ്പ് പുളിയിഞ്ചി വെച്ചപ്പോൾ കൊടുത്തയച്ചിരുന്നു. ഉണ്ണിക്കുട്ടന്റെ പിറന്നാളിന് പാൽപ്പായസം വെച്ചപ്പോൾ അതും കൊടുത്തയച്ചു. ഇന്ന് മുരിങ്ങയിലക്കൂട്ടാൻ വെച്ചപ്പോൾ സെയ്ദ്സാറിന് കൊടുക്കണം എന്ന് ഉണ്ണിക്കുട്ടൻ വാശി പിടിക്കുകയായിരുന്നു. അമ്മ വേണ്ടാന്ന് വെച്ചതാണ്. മുരിങ്ങയിലക്കൂട്ടാൻ സാധാരണ കറിയല്ലേ എന്നാണ് അമ്മ പറഞ്ഞത്. തനിക്കിഷ്ടപ്പെടുന്നത് സെയ്ദ്സാറിനും ഇഷ്ടമാകുമെന്ന് ഉണ്ണിക്കുട്ടനുറപ്പായിരുന്നു.

ഉണ്ണിക്കുട്ടൻ സെയ്ദ്സാറിന്റെ വീട്ടിലേക്ക് നടന്നു. ഇരുട്ടായാൽ മടങ്ങണം അതാണ് പതിവ്. അവൻ അന്ന് സ്കൂളിൽ സംഭവിച്ചതെല്ലാം സെയ്ദ്സാറിനോട് വിസ്തരിച്ചു.

“അപ്പോൾ ക്ലാസിൽ ഉണ്ണിക്കുട്ടൻ അംഗീകരിക്കപ്പെട്ടു തുടങ്ങിയിരിക്കുന്നു. കലോത്സവം കഴിഞ്ഞാ സ്കൂള് മുഴുവൻ ഉണ്ണിക്കുട്ടനെ അംഗീകരിക്കും. അതുപോരെ.”

“പ്രസംഗം! ഇപ്പോഴും ഓർക്കുമ്പോ പേടി തന്നെ.”

“ഇതാ പ്രസംഗം റെഡി”. സെയ്ദ്സർ ലെറ്റർപാഡിൽ നിന്നും മൂന്ന് പേജുകളെടുത്ത് ഉണ്ണിക്കുട്ടന് കൊടുത്തു.

അത് വാങ്ങുമ്പോൾ ഉണ്ണിക്കുട്ടന്റെ കൈ വിറയ്ക്കുന്നുണ്ടായിരുന്നു. അവനവിടെ വെച്ച് അത് വായിക്കാൻ തുനിഞ്ഞില്ല. ഒന്ന് കണ്ണോടിച്ചുനോക്കി. വൃത്തിയുള്ള കൈപ്പടയിലുള്ള അക്ഷരപുണ്യം. തനിക്ക് മാത്രമായ് സാറെഴുതിയുണ്ടാക്കിയത്!

“വിദ്യാഭ്യാസം മാനവപുരോഗതിക്ക്. എന്നതാണ് പ്രസംഗ വിഷയം. ഇത് ബൈഹാർട്ടാക്കി മൈക്കിന് മുന്നിൽ പറയുകയല്ല വേണ്ടത്.” സാറോർമ്മിപ്പിച്ചു. “വിഷയം അഗാധമായ് പഠി

ക്കുക. അതിന്മേലുള്ള ഉണ്ണിക്കുട്ടന്റെ അഭിപ്രായങ്ങൾ എന്നോട് തുറന്നുപറയുക. അത്വെച്ച് ഒന്നുകൂടി മിനുക്കിത്തരാം. പ്രസംഗിക്കുമ്പോൾ പുലർത്തേണ്ട ശരീരഭാഷയേയും, ആംഗ്യവിക്ഷേപങ്ങളേയും കുറിച്ച് പിന്നീട് മനസ്സിലാക്കിത്തരാം. ഇന്നിനി വേറെ ക്ലാസൊന്നുമില്ല. ഉണ്ണിക്കുട്ടൻ വീട്ടിൽ പോയി ഇത് രണ്ടാവർത്തി വായിച്ച് നാളെ വരൂ."

ഉണ്ണിക്കുട്ടൻ വീട്ടിലേക്ക് മടങ്ങി.

മുറിയിലിരുന്ന് അവനത് വായിക്കാൻ തുടങ്ങി. മൈക്കിന് മുന്നിൽ പ്രസംഗിക്കുന്ന ഭാവത്തിൽ തന്നെയാണവനത് വായിച്ചത്.

"മാന്യസദസ്സിന് വന്ദനം,

എന്റെ പേര് ഉണ്ണികൃഷ്ണൻ, സെവൻത് സ്റ്റാൻഡേർഡ്.

വിദ്യാഭ്യാസം മാനവപുരോഗതിക്ക് എന്ന വിഷയത്തെക്കുറിച്ച് സംസാരിക്കാനാണ് ഞാനാഗ്രഹിക്കുന്നത്. എന്റെ എളിയ ഉദ്യമത്തിന് ഏവരുടേയും സഹകരണവും പ്രോത്സാഹനവുമുണ്ടാകണമെന്ന് വിനീതമായഭ്യർത്ഥിക്കുന്നു...."

ഉണ്ണിക്കുട്ടനെ സംബന്ധിച്ച് അവനറിയാത്തതും കടിച്ചാൽ പൊട്ടാത്തതുമായ ഒരു വാക്കുപോലും ആ എഴുത്തിലില്ലായിരുന്നു. ഒരു കോരിത്തരിപ്പോടെയാണവനത് വായിച്ചുതീർത്തത്. ശേഷം ഉണ്ണിക്കുട്ടന്റെ അന്തരംഗത്തിൽ വലിയ കരഘോഷങ്ങളുയർന്നു. കുറച്ചു കഴിഞ്ഞപ്പോഴാണവൻ സ്വപ്നലോകത്തിൽ നിന്നുണർന്നത്. കൈയടി യാഥാർത്ഥ്യം തന്നെയാണെന്നപ്പോഴവനറിഞ്ഞു. ഇടനാഴിയിൽ നിന്ന് കൈയടിക്കുന്നത് അച്ഛനുമമ്മയുമാണ്. ഉണ്ണിക്കുട്ടന്റെ പ്രസംഗം അവർ കേട്ടിരിക്കുന്നു.

അച്ഛനാണാദ്യം പ്രതികരിച്ചത്:

"ഇതിന് സമ്മാനം കിട്ടുമെന്നുറപ്പാണ്."

അമ്മയും പറഞ്ഞു: "വളരെ നന്നായിരിക്കുന്നു."

ഉണ്ണിക്കുട്ടന്റെ മനം നിറഞ്ഞു. അവനച്ഛനുമമ്മയുടേയും അരികിലേക്ക് ചെന്നപ്പോൾ ഇരുവരും കൂടി അവനെ കെട്ടിപ്പിടിച്ചു. സന്തോഷംകൊണ്ട് ഉണ്ണിക്കുട്ടന് കരയണമെന്നു തോന്നി. അവൻ മനസ്സ് കൊണ്ടപ്പോൾ സെയ്ദ്സാറിന്റെ കാല്ക്കൽ തൊട്ടുവണങ്ങുകയായിരുന്നു.

## പതിനാല്

**ഒ**രാഴ്ച കൊണ്ട് ഉണ്ണിക്കുട്ടൻ സെയ്ദ്സർ എഴുതിക്കൊടുത്ത പ്രസംഗം വള്ളിപുള്ളിവിടാതെ ഹൃദിസ്ഥമാക്കി. ഊണിലും ഉറക്കത്തിലും ഇപ്പോൾ പ്രസംഗമാണ്. രാവിലെ ഉണർന്നാൽ കിടക്കയിൽ കിടന്നുകൊണ്ടുതന്നെ അതോർത്തുനോക്കും. മൂന്ന് ഭാഗങ്ങളായിരുന്നു പ്രസംഗം. ഒന്ന് എന്നോർത്താൽ ഒന്നാം ഭാഗം മുഴുവൻ അവന്റെ ഓർമ്മയിലെത്തും. രണ്ടും മൂന്നും അങ്ങനെ തന്നെ. അവരോഹണക്രമത്തിലും ഇപ്പോഴത് ഓർമ്മിക്കാൻ ഉണ്ണിക്കുട്ടന് കഴിയുന്നുണ്ട്.

പ്രസംഗം ഹൃദിസ്ഥമായ് എന്നുറപ്പായപ്പോൾ സെയ്ദ്സർ

വേദിയിൽ പെരുമാറേണ്ടതെങ്ങനെയെന്ന് അക്കമിട്ട് വിശദീകരിച്ചുകൊടുത്തു.

1. സ്റ്റേജിൽ ശ്രദ്ധിച്ച് നടക്കുക. തട്ടിതടയാതിരിക്കുക.

2. പ്രസംഗം ആരംഭിക്കുന്നതിനുമുമ്പ് മൈക്ക് തന്റെ ഉയരത്തിനനുസരിച്ച് ക്രമീകരിക്കുക. അതിന് ടെക്നീഷ്യൻ ഉണ്ടാകും. അയാൾ സ്വമേധയാ അത് ചെയ്തില്ലെങ്കിൽ ആവശ്യപ്പെടുക.

3. പ്രസംഗം തുടങ്ങുന്നതിന് മുമ്പ് സദസ്സിലേക്ക് കണ്ണോടിക്കുക. ഇപ്പോൾ താനവരുടെ അദ്ധ്യാപകനോ, അവരേക്കാൾ അറിവുള്ളവനോ എന്ന ഭാവം വരുത്തുക. അത് അഹംഭാവമായ് സദസ്സിന് തോന്നരുത്. ആത്മവിശ്വാസമായനുഭവപ്പെടണം.

4. ഉച്ചാരണശുദ്ധിയോടെ സംസാരിക്കുക. പ്രസംഗിക്കുമ്പോൾ അലക്ഷ്യമായെങ്ങോട്ടെങ്കിലും നോക്കുകയോ, കീഴോട്ട് ദൃഷ്ടി പതിപ്പിക്കുകയോ ചെയ്യരുത്. സദസ്യരുടെ കണ്ണുകളിലേക്കായിരിക്കണം നോട്ടം. ഒരാളേയും സൂക്ഷിച്ചുനോക്കരുത്. എല്ലവരേയും ശ്രദ്ധിക്കുന്നതായി സദസ്സിന് തോന്നണം. തങ്ങൾ പരിഗണിക്കപ്പെടുന്നുവെന്ന് സദസ്സിന് തോന്നിയാൽ ചെറിയ പിഴവുകൾ അവർ സഹിക്കും.

5. തലചൊറിയുക, മൂക്കിൽ കൈയിടുക, കണ്ണ് തുറിക്കുക തുടങ്ങിയ ഗോഷ്ഠികൾ വേദിയിൽ കാണിക്കരുത്.

6. ആദ്യം ഒരു കൂട്ടുകാരനോടെന്നപോലെ സാവധാനത്തിൽ സംസാരിച്ചു തുടങ്ങുക. സംബോധനയും മറ്റും അങ്ങനെ മതി. പിന്നീട് ക്രമത്തിൽ ശബ്ദം കൂട്ടി വിഷയത്തിലേക്ക് കടക്കുക. കൈകളുടെ പൊസിഷൻ ശ്രദ്ധിക്കുക. കൈകൾ അലസമായ് തൂക്കിയിടുകയോ, കെട്ടിനില്ക്കുകയോ ചെയ്യരുത്. സാഹചര്യത്തിനനുസരിച്ച് കൈകളുയർത്തുകയും ആംഗ്യം കാണിക്കുകയും വേണം.

7. എത്ര വലിയവനും പ്രസംഗിക്കുമ്പോൾ തെറ്റ് പറ്റാം. ആ ബോദ്ധ്യം നല്ലതാണ്. പ്രസംഗിക്കുമ്പോൾ അബദ്ധമുണ്ടാകുമ്പോൾ 'ക്ഷമിക്കണം എന്ന് പറഞ്ഞ് തെറ്റിയത് തിരുത്തുക. ക്ഷമ പറയുമ്പോൾ പ്രാസംഗികന്റെ മതിപ്പ് വർദ്ധിക്കുകയേയുള്ളൂ.

8. മൂന്ന് ഭാഗങ്ങളായാണ് ഈ പ്രസംഗം. ഓരോ ഭാഗം കഴി

യുമ്പോഴും ഏതാനും നിമിഷങ്ങളുടെ ഇടവേള നല്ലതാണ്.

9. സദസ്സിലുള്ളവരിലേറെയും സഭാകമ്പമുള്ളവരാണ്. അവരാരും പ്രസംഗം തടസ്സപ്പെടുത്താൻ പോകുന്നില്ല എന്ന് മനസ്സിലാക്കുക. ആ ചിന്ത പരിഭ്രമം അകറ്റും.

10. സംസാരം പൂർത്തിയായി കഴിഞ്ഞാൽ എല്ലാവർക്കും നന്ദിയും നമസ്കാരവും വിനയപൂർവ്വം അറിയിക്കുക.

അന്ന് ഉണ്ണിക്കുട്ടന്റെ ക്ലാസ്ടീച്ചർക്ക് കൊടുക്കുവാൻവേണ്ടി ഒരു കവർലെറ്റർ സെയ്ദ്സർ ഉണ്ണിക്കുട്ടനെ ഏല്പിച്ചു.

എന്തായിരിക്കും ഇത്? തന്റെ ടീച്ചറെ സാറിന് മുൻപരിചയമുണ്ടോ? അതോ തന്നെ പ്രത്യേകം ശ്രദ്ധിക്കണമെന്നാവശ്യപ്പെട്ടുകൊണ്ടുള്ള കത്തായിരിക്കുമോ? പലതും ഉണ്ണിക്കുട്ടൻ സങ്കല്പിച്ചു.

പിറ്റേന്നുതന്നെ ഉണ്ണിക്കുട്ടൻ കത്ത് ടീച്ചർക്ക് കൊടുത്തു. ക്ലാസിൽ എല്ലാ കുട്ടികളുടേയും മുന്നിൽ വെച്ചാണ് ഉണ്ണിക്കുട്ടനത് കൈമാറിയത്. അതങ്ങനെ വേണമെന്ന് അവന് നിർബ്ബന്ധമുണ്ടായിരുന്നു. എല്ലാവരും കാണട്ടെ, ഉണ്ണിക്കുട്ടൻ നിസ്സാരക്കാരനല്ലെന്ന് എല്ലാവരുമറിയട്ടെ.

“ഫിറോസ് സെയ്ദ്സർ തരാൻ പറഞ്ഞതാ” എല്ലാവരും കേൾക്കാൻ വേണ്ടി അവനങ്ങനെ പറയുകയും ചെയ്തു.

ടീച്ചർ അവിടെവെച്ചുതന്നെ കത്തുപൊട്ടിച്ചു വായിച്ചു. എന്തായിരിക്കും സെയ്ദ്സർ എഴുതിയിരിക്കുന്നത്? ഉണ്ണിക്കുട്ടനാകാംക്ഷ അടക്കാനായില്ല. വായിച്ചു പൂർത്തീകരിച്ചശേഷം ഉണ്ണിക്കുട്ടനെ ഒന്നു നോക്കി എന്നല്ലാതെ ടീച്ചറവനോടൊന്നും ചോദിച്ചില്ല. കത്ത് അറ്റൻഡൻസ് ബുക്കിനുള്ളിൽ തിരുകി ടീച്ചർ പാഠത്തിലേക്ക് കടന്നു.

അതിന് രണ്ടാം ദിവസം ഉച്ചഭക്ഷണത്തിന് പിരിഞ്ഞപ്പോൾ ക്ലാസ്ടീച്ചർ ഉണ്ണിക്കുട്ടനെ സ്റ്റാഫ്റൂമിലേക്ക് വിളിപ്പിച്ചു. സങ്കോചത്തോടെയാണവൻ അങ്ങോട്ടു കേറിച്ചെന്നത്. മിക്ക ടീച്ചേഴ്സും അപ്പോഴവിടെ ഉണ്ടായിരുന്നു.

“സെയ്ദ്സർ ഉണ്ണിക്കുട്ടന്റെ അയൽപക്കത്താണോ താമസിക്കുന്നത്?” ക്ലാസ്ടീച്ചർ ചോദിച്ചു.

“അതെ.”

"എന്തായി ഉണ്ണികൃഷ്ണന്റെ പ്രസംഗപരിശീലനമൊക്കെ?"

"ശരിയായ് വരുന്നുണ്ട്."

"നാളെ സ്കൂൾ വിട്ടാൽ കുറച്ചുകഴിഞ്ഞേ എത്തൂ എന്ന് വീട്ടിൽ പറയണം."

"എന്താണ് ടീച്ചർ?"

"നാളെ ഉണ്ണികൃഷ്ണന്റെ ഒരു പ്രസംഗറിഹേഴ്സൽ സംഘടിപ്പിക്കുന്നുണ്ട്. ഞങ്ങൾ കുറച്ച് ടീച്ചേഴ്സ് കാണും. കലോത്സവത്തിലവതരിപ്പിക്കുന്നതുപോലെ ഉണ്ണിക്കുട്ടൻ ഞങ്ങൾക്ക് മുന്നിൽ പ്രസംഗിക്കണം."

ഉണ്ണിക്കുട്ടന്റെ ഉള്ളൊന്നു കാളി. ഈശ്വരാ ! നാളെ ടീച്ചേഴ്സിന്റെ മുന്നിൽ താൻ പ്രസംഗിക്കുക! ഒരുവിധം ശാന്തമായെന്ന് കരുതിയ ഭീതി പൂർവ്വാധികം ശക്തിയോടെ ഉള്ളിൽ

തിരിച്ചെത്തുകയാണോ എന്നവൻ സംശയിച്ചു.

"മനസ്സിലായോ?" ടീച്ചർ വീണ്ടും.

"ഉവ്വ് ടീച്ചർ."

"എങ്കിൽ പൊയ്ക്കോളൂ. നാളെ തയ്യാറെടുപ്പോടെ വരൂ."

സ്റ്റാഫ് റൂമിൽനിന്ന് മടങ്ങുമ്പോൾ പഠിച്ച പ്രസംഗം ഉരുവിടാൻ ഉണ്ണിക്കുട്ടൻ ശ്രമിച്ചു. നിർഭാഗ്യവശാൽ അപ്പോഴത് യഥാക്രമം ഓർമ്മിക്കാൻ അവന് കഴിഞ്ഞില്ല. ഉണ്ണിക്കുട്ടൻ ആശങ്കയിലായി.

## പതിനഞ്ച്

**കു**ളിച്ച് ഫ്രഷായപ്പോൾ മനസ്സൊന്ന് ശാന്തമായതുപോലെ ഉണ്ണിക്കുട്ടന് തോന്നി. അവൻ സ്വയം ന്യായീകരണങ്ങൾ നിരത്തി. ഇനി ഭയന്നിട്ടെന്തുകാര്യം? നാളത്തേക്കാൾ വലിയൊരു ആൾക്കൂട്ടത്തിന്റെ മുന്നിലാണല്ലോ കലോത്സവത്തിന് പ്രസംഗിക്കേണ്ടത്. കലോത്സവമെന്നാൽ ഗ്രാമത്തിന്റെ തന്നെ ഉത്സവമാണ്. ആബാലവൃദ്ധം ജനങ്ങളും കാണാൻ വരും ഇവിടെ പേടിച്ചാൽ അവിടത്തെ സ്ഥിതി എന്താകും. ഇല്ല, എനിക്ക് പേടിയില്ല. ഞാൻ നന്നായി പ്രസംഗിക്കും, ഉറപ്പ്.

സെയ്ദ്സാറിന്റെ അടുത്തുചെന്നാൽ ആശ്വാസമാകും. പോകാനിറങ്ങിയപ്പോഴാണ് അമ്മ പറഞ്ഞത്. സെയ്ദ്സർ ടൗണിലേക്ക് എന്തോ അത്യാവശ്യത്തിനായ് പോയിരിക്കുകയാണ്. രണ്ടുദിവസം കഴിഞ്ഞേ വരൂ. ഉണ്ണിക്കുട്ടനോട് പറയാൻ അമ്മയെ ഏല്പിച്ചതാണ്. ഉണ്ണിക്കുട്ടനാകെ വിഷമവൃത്തത്തിലായി. എന്തൊരു കഷ്ടം! മുൻ ചിന്തിച്ചതിന് വിപരീതമായിട്ടായിരുന്നു പിന്നെ ചിന്തകൾ പാഞ്ഞത്. ഒന്നും വേണ്ടായിരുന്നു. എല്ലാം തന്റെ അത്യാഗ്രഹമാണ്. കലോത്സവത്തിന് സമ്മാനം കിട്ടുക, എന്നിട്ടതുപറഞ്ഞ് എല്ലാവരുടേയും മുന്നിൽ ഞെളിയുക. ഇതൊന്നും പേടിത്തൂറിയായ തന്നെപോലുള്ളവർക്ക് പറഞ്ഞ കാര്യമല്ല.

അവനങ്ങനെ വിഷമിച്ചിരിക്കുന്നത് കണ്ട് അമ്മ ചോദിച്ചു:

"എന്താ നെനക്കൊരു വാട്ടം. സെയ്ദ്സർ മറ്റന്നാളിങ്ങെത്തു

മല്ലോ."

"അതല്ല. നാളെ ടീച്ചേഴ്സിന്റെ മുന്നിൽ ഞാൻ പ്രസംഗിച്ച് കാണിക്കണംന്ന്. അതാലോചിക്കുമ്പോൾ ഒരു മാതിരി....."

"അതിനെന്താ, മുന്നേ ഒന്ന് പ്രസംഗിച്ച് ശീലിക്കണത് നല്ല തല്ലേ. നാലാള് കൂടുന്നിടത്ത് ചെല്ലാത്തതിന്റെ കൊറവാ നെനക്ക്. ആ സ്വഭാവം ശരിയല്ലാന്ന് ഞാൻ കുറേയായ് പറയുന്നു."

"ടീച്ചർമാരുടെ മുഖത്തുനോക്കുമ്പോ ഞാൻ പഠിച്ചതൊക്കെ മറന്നു പോവ്വോന്നാ പേടി."

"ഒരു കൊഴപ്പോണ്ടാവില്ല. നീ വെറളി പിടിക്കാതെ സെയ്ദ്സാറെഴുതി തന്നതങ്ങ് പറഞ്ഞാമതി. എന്തായാലും ഇന്ന് ക്ലാസിലല്ലാ, നീ ആടിന് കൊറച്ചെല പൊട്ടിച്ചോണ്ടുവാ."

"എനിക്ക് വയ്യ." ഉണ്ണിക്കുട്ടൻ ചൊടിച്ചുകൊണ്ട് ഉമ്മറത്തുതന്നെയിരുന്നു.

അമ്മ എന്തോ പിറുപിറുത്തുകൊണ്ട് അടുക്കളയിലേക്ക് പോയി.

ഉണ്ണിക്കുട്ടൻ അസ്വസ്ഥതയോടെ വീട്ടിൽ നിന്നിറങ്ങി. പാടത്തെത്തിയപ്പോൾ വള്ളിയമ്മയും ലാലുനായയും കുളിക്കാൻ പുഴയിലേക്ക് പോകുന്നതു കണ്ടു. ഗ്രൗണ്ടിൽ കളി നടക്കുന്നുണ്ട്. അലിക്കുട്ടിയും വിനുമോനുമൊക്കെയുണ്ട്. ഫുട്ബോൾ മാത്രമായിരുന്നു അവർ കളിച്ചിരുന്നത്. എന്നാലിപ്പോൾ രണ്ടുവിഭാഗമായ് തിരിഞ്ഞ് ക്രിക്കറ്റും കളിക്കുന്നുണ്ട്. ക്രിക്കറ്റിലാണിപ്പോൾ കൂടുതൽ കുട്ടികൾ. ഉണ്ണിക്കുട്ടനും ഇഷ്ടം ക്രിക്കറ്റാണ്. ക്രിക്കറ്റിൽ ബൗളിങ്ങിനോടാണവന് താല്പര്യം. നല്ല ഉയരമുള്ളതുകൊണ്ട് ഉണ്ണിക്കുട്ടന്റെ പന്തിന് കൃത്യതയുണ്ട്. ഫുട്ബോളിൽ മിടുക്കനായ അലിക്കുട്ടി ക്രിക്കറ്റിൽ മോശമാണ്.

ഉണ്ണിക്കുട്ടൻ ക്രിക്കറ്റ് കളത്തിലേക്ക് ചെന്നു. സെയ്ദ്സർ വന്നതിനുശേഷം അവൻ കളിക്കളത്തിലേക്ക് ചെല്ലുന്നത് ആദ്യമായിട്ടാണ്.

ഉണ്ണിക്കുട്ടന്റെ ആദ്യത്തെ പന്തിൽ തന്നെ വിനുമോൻ ഔട്ടായി. ഉണ്ണിക്കുട്ടന് രസം കയറി. താനിന്ന് മികച്ച ഫോമിലാണെന്നവനറിയാമായിരുന്നു. ഇന്ന് ഒരുപാട് വിക്കറ്റെടുക്കും. ഉണ്ണിക്കുട്ടൻ മന്ദഹാസത്തോടെ ഓർത്തു. ക്രിക്കറ്റ് അങ്ങനെയാണ്.

ഇന്ന് നന്നായ് കളിച്ചവൻ നാളെ ചിലപ്പോ മോശമായ് പോകും; തിരിച്ചും.

സന്ധ്യമയങ്ങി തുടങ്ങിയപ്പോൾ ഉണ്ണിക്കുട്ടൻ കളിനിർത്തി വീട്ടിലേക്ക് നടന്നു. ഫുട്ബോൾകളി അപ്പോഴും കഴിഞ്ഞിരുന്നില്ല. ലാലുനായയും വള്ളിയമ്മയും കുളി കഴിഞ്ഞ് മടങ്ങി വരികയായിരുന്നു. ലാലുവിനെ കണ്ടപ്പോൾ ഉണ്ണിക്കുട്ടൻ അവനെ ആവേശപ്പെടുത്താൻ ഓടുന്നതായ് ഭാവിച്ചു. ലാലു അതിവേഗം ഉണ്ണിക്കുട്ടന്റെയടുത്തേക്ക് കളിക്കാൻ പാഞ്ഞെത്തി. പിന്നിൽ നിന്നും വള്ളിയമ്മയുടെ ശാസന കേട്ടു:

"ലാലൂനോട് കളിക്കണ്ട. ഓനിപ്പോ കുറുമ്പ് ലേശം കൂടുതലാണ്. പറഞ്ഞില്ലാന്ന് വേണ്ട."

ലാലുവും ഉണ്ണിക്കുട്ടനും മത്സരിച്ചുകൊണ്ട് ഇടവഴിയിലൂടെ വീട്ടിലക്കിരമ്പി.

***************

ക്ലാസ് കഴിഞ്ഞ് സ്റ്റാഫ് റൂമിലേഎ് നടക്കുമ്പോൾ ഉണ്ണിക്കുട്ടന്റെ ഉള്ളം കാളുന്നുണ്ടായിരുന്നു. എന്നാലും പുറമേക്ക് പരമാവധി ധൈര്യം ഭാവിക്കാൻ അവൻ ശ്രമിച്ചു. പ്രസംഗം കൃത്യമായ് ഓർമ്മയിലുണ്ട്. പിന്നെന്താ?

അദ്ധ്യാപകർ വീട്ടിലേക്ക് മടങ്ങാനുള്ള തിരക്കിലായിരുന്നു.

"ഉണ്ണിക്കുട്ടൻ നാല് ബി യിൽ പോയിരിക്കൂ. ഞങ്ങളങ്ങോട്ട് വരാം." ക്ലാസ്ടീച്ചർ പറഞ്ഞു.

ഉണ്ണിക്കുട്ടൻ അവിടേക്ക് ചെന്നു. നാല് ബി ആസ്ബറ്റോസിട്ട പുതിയ കെട്ടിടത്തിലാണ്. കഴിഞ്ഞ കൊല്ലമാണ് പഞ്ചായത്ത് പ്രസിഡന്റ് ഉദ്ഘാടനം ചെയ്തത്. ഉണ്ണിക്കുട്ടൻ അവിടെയിരുന്ന് പ്രസംഗം ഓർമ്മിച്ചുനോക്കി. ഒരു കുഴപ്പവുമില്ല. കുറച്ചു കഴിഞ്ഞപ്പോൾ പ്യൂൺ ശങ്കരൻ സ്റ്റാഫ്റൂമിലേക്ക് ചായകൊണ്ടു പോകുന്നത് കണ്ടു. അയാളവിടെനിന്ന് ഒരു ഗ്ലാസ്സ് ചായയും പഴം പൊരിയുമായ് ഉണ്ണിക്കുട്ടന്റെയടുത്തേക്കും വന്നു.

"കഴിക്ക്."

"എനിക്ക് വേണ്ട."

"ഇത് കുട്ടിക്ക് തരാൻ ടീച്ചർ പറഞ്ഞതാണ്. കഴിക്കൂ."

ഉണ്ണിക്കുട്ടൻ ചായയും പഴംപൊരിയും വാങ്ങി. ശങ്കരൻ

ക്ലാസ്റൂമിലേക്കുതന്നെ പോയി. ഉണ്ണിക്കുട്ടന് ഏറ്റവും ഇഷ്ടമുള്ളതാണ് പഴംപൊരി. അവനപ്പോൾ അക്കിക്കാവും അച്ഛമ്മയേയുമൊക്കെ ഓർത്തുപോയി. എന്തുകൊണ്ടോ അന്നവിടെനിന്ന് കഴിക്കുക രുചിയോ താല്പര്യമോ അവനിപ്പോൾ തോന്നിയില്ല. അവനത് കഴിച്ചെന്നുവരുത്തി ബെഞ്ചിൻമേലിരുന്നു.

വൈകാതെ ക്ലാസ് ടീച്ചറും പത്മനാഭൻമാഷുമൊക്കെയുള്ള സംഘം ക്ലാസ്റൂമിലേക്ക് വരുന്നത് ഉണ്ണിക്കുട്ടൻ കണ്ടു.

അവൻ സ്വയം പ്രചോദനമേകി. എനിക്ക് കഴിയും....... കഴിയും....... എല്ലാം എനിക്കോർമ്മയുണ്ട്.... ഓർമ്മയുണ്ട്.

# പതിനാറ്

"പറയ് എന്താണുണ്ടായത്?" ദു:ഖിതനായിരിക്കുന്ന ഉണ്ണിക്കുട്ടനോട് അമ്മ ചോദിച്ചു.

സ്കൂളിൽനിന്ന് വന്നപ്പോൾ മുതൽ ഉണ്ണിക്കുട്ടൻ ഒരേയിരിപ്പാണ്. കാപ്പിപോലും കഴിക്കാൻ കൂട്ടാക്കുന്നില്ല. എന്തോ പന്തികേടുണ്ടെന്ന് അമ്മയ്ക്ക് മനസ്സിലായി. കുഞ്ഞാട് അവനെ മാടിവിളിക്കുന്നുണ്ട്. ലാലുനായ രണ്ടുവട്ടം വന്ന് ഒന്നും കിട്ടാതെ മടങ്ങിപോയി. അതൊന്നും ഉണ്ണിക്കുട്ടൻ ശ്രദ്ധിക്കുന്നേയില്ല.

"നീ മൊഖം വീർപ്പിച്ചിരിക്കാതെ കാര്യം പറ ഉണ്ണിക്കുട്ടാ?" അമ്മ പിന്നേയും.

മറുപടിയില്ല. മുഖത്ത് യാതൊരു ഭാവമാറ്റവുമില്ല.

അവസാനം അച്ഛൻ വന്നപ്പോഴാണ് ഉണ്ണിക്കുട്ടനത് പറയാൻ കൂട്ടാക്കിയത്,

"എന്തായാലും അച്ഛനോട് പറ പൊന്നുണ്ണിക്കുട്ടാ. പ്രസംഗം തെറ്റിയാലും ഇത് റിഹേഴ്സലല്ലേ. ശര്യാക്കാൻ ഇനീം സമയമുണ്ടല്ലോ."

അച്ഛന്റെ പഞ്ചാരവാക്കിൽ ഉണ്ണിക്കുട്ടൻ അലിഞ്ഞു. അവൻ മിണ്ടാട്ടം വിട്ടു:

"ഞാൻ പറയാം..."

അടുക്കളയിൽ നിന്നപ്പോൾ അമ്മയും ഉമ്മറത്തേക്ക് വന്നുനിന്നു.

"... എട്ടു ടീച്ചറുമാരും പ്യൂൺ ശങ്കരനുമാണ് എന്റെ പ്രസംഗം കേൾക്കാൻ വന്നത്. ബെഞ്ചിൻമേൽ അവരിരുന്ന് ക്ലാസ്ടീച്ചറുടെ മേശയ്ക്കരുകിൽനിന്ന് എന്നോട് പ്രസംഗിക്കാൻ പറഞ്ഞു. സെയ്ദ്സർ പറഞ്ഞുതന്നതുപോലെ ഞാനെല്ലാവരുടേയും കണ്ണുകളിലേക്ക് നോക്കിയപ്പോൾ അതിൽ ഹാജറടീച്ചർ എന്നെനോക്കി കളിയാക്കുന്നതുപോലെ ചിരിച്ചു. അന്ന് ഹിന്ദി പരീക്ഷയ്ക്ക് പേനയ്ക്ക് 'മലം' എന്ന് ഞാൻ പറഞ്ഞതു മുതൽ ആ ടീച്ചറങ്ങനെയാണ്...."

"അയ്യേ, മലം എന്നു പറഞ്ഞാ അപ്പിയല്ലേ?" അച്ഛനങ്ങനെ പറഞ്ഞപ്പോൾ ഉണ്ണിക്കുട്ടന് ദേഷ്യം വന്നു. ഇനി ഞാൻ പറയില്ല എന്ന് ഉണ്ണിക്കുട്ടൻ വാശി പിടിച്ചു.

“പോട്ടെ, പോട്ടെ എന്താ നടന്നതെന്ന് മുഴുവൻ പറയ്.” അച്ഛൻ നിർബ്ബന്ധിച്ചു.

“എന്നാ ഇനി എന്നെ കളിയാക്കരുത്. ” ഉണ്ണിക്കുട്ടൻ ഭീഷണിപോലെ പറഞ്ഞു.

“ഇല്ല.”

“ആദ്യം ഞാനെല്ലാവർക്കും വന്ദനം പറഞ്ഞു. പിന്നെ പ്രസംഗമാരംഭിച്ചു. പരിഭ്രമത്തിൽ ഞാൻ പഠിച്ചുവെച്ചതിന്റെ രണ്ടാം ഭാഗമാണാദ്യം പറഞ്ഞത്. അത് മുഴുമിപ്പിക്കുമ്പോൾ അടുത്തത് ഒന്നാം ഭാഗമാണോ , മൂന്നാംഭാഗമാണോ അവതരിപ്പിക്കേണ്ടത് എന്ന് സംശയമായി. ഒന്നാംഭാഗം ഇനി പറഞ്ഞാൽ രണ്ടാംഭാഗത്തോട് ചേരില്ല. മൂന്നാംഭാഗം പറഞ്ഞാൽ തുടക്കം വിട്ടുപോകുകയും ചെയ്യും. ഒന്നാംഭാഗം പ്രസംഗം തീർന്നിട്ടും ഈ സംശയം മാറികിട്ടിയില്ല. ബാക്കി പറയാൻ പറ്റാതെ ഞാൻ തലതാഴ്ത്തി നിന്നു. ‘പ്രസംഗം തീർന്നോ’ എന്ന് ക്ലാസ് ടീച്ചർ ചോദിച്ചപ്പോൾ ഞാൻ മൂന്നാംഭാഗത്തിലേക്ക് കടന്നു. ആ സമയത്ത് ഹാജറ ടീച്ചർ പത്മനാഭൻ മാഷിനോട് എന്തോ സ്വകാര്യം പറയുന്നത് കണ്ടു. അപ്പോഴെനിക്ക് പിഴച്ചു. ഞാൻ മൂന്നാം ഭാഗത്തിന്റെ അവസാനം മാത്രംപറഞ്ഞ് വേഗം നിർത്തി. ‘എന്തെങ്കിലും വിട്ടുപോയോ’ എന്ന് മാഷ് ചോദിച്ചപ്പോൾ ഒന്നാമത്തെ ഭാഗത്തെ പറ്റി ഞാൻ സൂചിപ്പിച്ചു. മാഷാ ഭാഗം മാത്രം പ്രസംഗിക്കാൻ ആവശ്യപ്പെട്ടു. പിന്നെ എനിക്ക് തെറ്റിയില്ല. അത് കഴിഞ്ഞപ്പോൾ ഹാജറടീച്ചറൊഴികെ എല്ലാവരും കൈയടിച്ചു. നന്നായിട്ടുണ്ടെന്നും പറഞ്ഞു. ഹാജറടീച്ചർ അപ്പോഴും എന്തോ ഓർത്ത് ചിരിക്കുകയായിരുന്നു. ഇതാണ് സംഭവിച്ചത്. ഹാജറടീച്ചർ എന്റെ മുന്നിലിരുന്നാ കലോത്സവത്തിനും എനിക്ക് പിഴയ്ക്കും.” ഉണ്ണിക്കുട്ടൻ പറഞ്ഞു നിർത്തി.

“ഇതിലെന്താണിത്ര വിഷമിക്കാനുള്ളത്. റിഹേഴ്സലിൽ തെറ്റു പറ്റുക സാധാരണമല്ലേ” അച്ഛൻ ആശ്വസിപ്പിച്ചു.

“പക്ഷേ, കലോത്സവത്തിൽ പിഴച്ചാ സമ്മാനം കിട്ടില്ല. ” ഉണ്ണിക്കുട്ടൻ തർക്കിച്ചു.

“ഇവിടെ പിഴവ് പറ്റാൻ കാരണം ഹാജറടീച്ചർ ഉണ്ണിക്കു

ട്ടനെ കളിയാക്കുന്നു എന്ന തോന്നലാണ്. അത് ഉണ്ണിക്കുട്ടൻ തെറ്റിദ്ധരിച്ചതാണ്. ഹാജറടീച്ചർ മറ്റെന്തോ ആലോചിച്ച് ചിരിച്ചതാണ്. ഉറപ്പ്. ഇനി അങ്ങനെ യാണെന്നുതന്നെ വെക്കാം. കലോത്സവത്തിന് ഒരു ഒരുപാട് പേർ ചിരിക്കാനും ഗോഷ്ഠി കാണിക്കാനുമൊക്കെ ഉണ്ടായെന്നുവരും. അതൊന്നും വകവെയ്ക്കാതെ എന്റെ കുട്ടി പ്രസംഗിക്കണം. കേട്ടോ."

ഉണ്ണിക്കുട്ടൻ ഒന്നും മിണ്ടാതെ നിന്നു.

അച്ഛൻ തുടർന്നു:

"ഫുട്ബോൾ ടൂർണ്ണമെന്റില് കളിക്കാരെ കാഴ്ചക്കാർ ചീത്ത പറയുന്നതും പരിഹസിക്കുന്നതുമൊക്കെ കണ്ടിട്ടില്ലേ. കേട്ടാ നമുക്ക് പാവം തോന്നും. പക്ഷേ, അവരതൊന്നും മൈൻഡ് ചെയ്യാതെ കളിയിൽ മാത്രം ശ്രദ്ധിക്കും. ചെലപ്പോ ജയിക്കും, ചെലപ്പോ തോല്ക്കും. അതുപോലെ കരുതണം ഇതും."

അച്ഛന്റെ വാക്കുകൾ സാന്ത്വനമേകുന്നതുപോലെ ഉണ്ണിക്കുട്ടന് തോന്നി. അമ്മയെ പോലെയല്ല അച്ഛൻ. അച്ഛന് കാര്യവിവരമുണ്ട്. ചീത്ത വാക്കുകളോ പൊള്ളുവാക്കുകളോ അച്ഛൻ പറയാറില്ല.

"ഇനി ആര് എന്നെ നോക്കിചിരിച്ചാലും എനിക്ക് പിഴക്കില്ല." ഉണ്ണിക്കുട്ടൻ ദൃഢസ്വരത്തിൽ പറഞ്ഞു. അച്ഛന് സന്തോഷമായി. അമ്മയും പറഞ്ഞു:

"ഉശിരുള്ള ആങ്കുട്ട്യോള് അങ്ങനെ വേണം."

അച്ഛൻ കുളിക്കാനായി കിണറ്റിൻകരയിലേക്ക് പോയി. അമ്മ അവനെ കാപ്പി കുടിക്കാൻ അടുക്കളയിലേക്ക് വിളിച്ചു. ഉണ്ണിക്കുട്ടൻ അമ്മയ്ക്കൊപ്പം ചെന്നു. അമ്മ പുട്ടും മീങ്കൂട്ടാനും വിളമ്പി.

ഉണ്ണിക്കുട്ടന് നന്നായി വിശക്കുന്നുണ്ടായിരുന്നു.

## പതിനേഴ്

**മൂ**ന്നു ദിവസം കഴിഞ്ഞിട്ടും സെയ്ദ്സാർ വന്നില്ല. അദ്ദേഹത്തിന് വേണ്ടിയുള്ള കാത്തിരിപ്പ് ദു:സ്സഹമായി ഉണ്ണിക്കുട്ടന

നുഭവപ്പെട്ടു. കൂടല്ലൂരിലെ നേർച്ച കാണാൻ പോകണമെന്ന് സാറ് പറഞ്ഞിരുന്നു. നേർച്ച കഴിഞ്ഞുപോകുന്നത് നിരാശയോടെ ഉണ്ണിക്കുട്ടനറിഞ്ഞു. വിനുമോനും അലിക്കുട്ടിയുമെല്ലാം നേർച്ച കാണാൻ പോയി. ഇക്കൊല്ലം മുതൽ പൂരത്തിനെന്നപോലെ ആനകളുമുണ്ടത്രെ! ബാന്റ് വാദ്യത്തിന്റെ ശബ്ദം ഇങ്ങോട്ടുകേൾക്കാം. സെയ്ദ്സാറില്ലാത്തതിനാൽ ഉണ്ണിക്കുട്ടൻ നേർച്ച കാണാൻ പോയില്ല. ഇനി ഒരുപക്ഷേ, സെയ്ദ്സാർ തിരിച്ചുവരില്ലേ എന്ന ഭീതിപ്പെടുത്തുന്ന വിചാരവും അവനിലൂടെ കടന്നുപോയി. സാറിനെന്താണ് പറ്റിയത്? വല്ല അസുഖമെങ്ങാനും.....! ഈശ്വരാ അങ്ങനെയൊന്നും വരുത്തരുതേ. ഉണ്ണിക്കുട്ടൻ തീവ്രമായ് പ്രാർത്ഥിച്ചു.

ഓരോ ദിവസവും സ്കൂൾ വിട്ടുവന്നാൽ ഉണ്ണിക്കുട്ടൻ പ്രതീക്ഷിക്കും. ഇന്ന് സാറ് വന്നിട്ടുണ്ടാകും! ഇല്ലായെന്ന് പറയുന്ന അമ്മയോടും മറ്റുള്ളവരോടും ഉണ്ണിക്കുട്ടൻ ദേഷ്യം കാണിക്കാൻ തുടങ്ങി. കുഞ്ഞാടിനെ ഒരുദിവസം ഉണ്ണിക്കുട്ടൻ നീരോലിവടികൊണ്ട് പൊതിരെ തല്ലി. ലാലുവിനെ കല്ലെടുത്തെറിഞ്ഞു. ലാലു കൊച്ചിക്കൊണ്ടാണ് അവിടെനിന്നും മടങ്ങിയത്. പിന്നാലെ വള്ളിയമ്മവന്ന് 'ഏത് ഒരുമ്പെട്ടവനാണ് എന്റെ നായയെ എറിഞ്ഞത്." എന്ന് കലിതുള്ളി. ഉണ്ണിക്കുട്ടനാണെന്ന് വള്ളിയമ്മ അറിഞ്ഞിട്ടില്ല. കുറേ പായ്യാരം പറഞ്ഞ് വള്ളിയമ്മ മടങ്ങി.

അങ്ങനെ ഒരാഴ്ച കഴിഞ്ഞു.

അന്ന് സ്കൂള് കഴിഞ്ഞുവന്ന ഉണ്ണിക്കുട്ടനോട് അമ്മ ചോദിക്കാതെ തന്നെ പറഞ്ഞു:

"സെയ്ദ്സാറെത്തിയിരിക്കുന്നു."

കേട്ടപാതി കേൾക്കാത്ത പാതി വസ്ത്രം പോലും മാറാതെ ഉണ്ണിക്കുട്ടൻ സെയ്ദ്സാറിന്റെ വീട്ടിലേക്കോടി. അദ്ദേഹം പൂമുഖത്തുതന്നെയുണ്ടായിരുന്നു.

"സാറെന്താണിത്രയും വൈകിയത്?" നീരസവും സ്നേഹവും ആകാംക്ഷയുമെല്ലാം ഇടകലർന്നിരുന്നു ഉണ്ണിക്കുട്ടന്റെ വാക്കുകളിൽ.

"പോയകാര്യം സാധിക്കാൻ കുറച്ചു വൈകി ഉണ്ണിക്കുട്ടാ."

“സാറിനിയും പോകോ?”

“ഇല്ല, കലോത്സവം കഴിയുംവരെ ഞാനിനി എങ്ങും പോകില്ല. പോരെ?”

ഹാവൂ. ഉണ്ണിക്കുട്ടന് സന്തോഷമായി.

“പ്രസംഗ റിഹേഴ്സൽ എങ്ങനെയുണ്ടായിരുന്നു?”

ഉണ്ണിക്കുട്ടൻ സംഭവിച്ചതെല്ലാം വള്ളിപുള്ളിവിടാതെ സാറിന്റെ മുന്നിലവതരിപ്പിച്ചു.

“സാരമില്ല. ആ തെറ്റ് പറ്റിയതൊരുകണക്കിന് നന്നായി. ആ സാഹചര്യത്തിൽനിന്ന് സ്വാഭാവികമായൊരു ഊർജ്ജം ഉണ്ണിക്കുട്ടൻ കൈവരിച്ചിട്ടുണ്ടാകും. വിഷമിക്കേണ്ട. ഉണ്ണിക്കുട്ടൻ ഗാന്ധിജിയുടെ ആത്മകഥ വായിച്ചിട്ടുണ്ടോ. ലോകം മുഴുവൻ ബഹുമാനിക്കുന്ന മഹാത്മാവിന് പോലും തുടക്കകാലത്ത് പ്രസംഗിക്കാൻ വാക്കുകൾ കിട്ടാതെ വിക്കുകയും, പ്രസംഗിക്കാനാകാതെ പരാജയം സംഭവിച്ചിട്ടുണ്ട്.”

സെയ്ദ്സാറത് പറഞ്ഞപ്പോൾ ഉണ്ണിക്കുട്ടനത്ഭുതമായി. രാഷ്ട്രപിതാവായ ഗാന്ധിജിക്ക് പ്രസംഗത്തിൽ തെറ്റ് പറ്റിയിട്ടുണ്ടെന്ന്!

“ഉറപ്പാണോ അത്?” ഉണ്ണിക്കുട്ടന് വിശ്വസിക്കാനായില്ല.

“ഉറപ്പ്. ഗാന്ധിജിതന്നെ എഴുതിയതാണിത്. അതുപോട്ടെ, ഞാനടുത്തുണ്ടെങ്കിൽ ഉണ്ണിക്കുട്ടന് പിഴയ്ക്കുമോ?”

“ഇല്ല.”

“എന്നാൽ കലോത്സവത്തിന് ഉണ്ണിക്കുട്ടൻ പ്രസംഗിക്കുമ്പോൾ സദസ്സിന്റെ മുൻപന്തിയിൽ ഞാനുണ്ടാകും. പോരെ.”

“മതി.’

ഉണ്ണിക്കുട്ടന് സമാധാനവും ആത്മവിശ്വാസവുമായി. സാറുള്ളപ്പോൾ ഹാജറടീച്ചറല്ല ആരുതന്നെ കളിയാക്കിയാലും തനിക്ക് പിഴയ്ക്കില്ല.

അന്ന് സെയ്ദ്സർ ഉണ്ണിക്കുട്ടനെ പ്രത്യേകമായ് പടിപ്പിച്ച വാക്ക് ‘Go’ എന്നതായിരുന്നു.

Go എന്നത് വെർബിന്റെ ബേസ്ഫോമാണ്. അതിന് നാല് വകഭേദങ്ങളുണ്ടത്രെ. go, went, gone, giong. യഥാക്രമം V1, V2, V3, പ്രസന്റ് പാർട്ടിസിപ്പിൾ. ഉണ്ണിക്കുട്ടൻ ആശ്ചര്യത്തോടെ

ഓർത്തു. ഇംഗ്ലീഷ് ഭാഷ ഒരു വിചിത്ര ഭാഷതന്നെ. എങ്ങനെയാണീ ഭാഷ ചിലർ പച്ചവെള്ളം പോലെ സംസാരിക്കുന്നത്! കലോത്സവം കഴിഞ്ഞാൽ സാറ് തന്നെ ടെൻസ് പഠിപ്പിക്കാൻ തുടങ്ങുമത്രെ. ടെൻസ് പഠിച്ചുകഴിഞ്ഞാൽ ഇംഗ്ലീഷ് എളുപ്പമായിത്തീരുമെന്നാണ് അദ്ദേഹം പറയുന്നത്.

അറിവ് നേടാനുള്ള അഭിവാഞ്ഛ ഉണ്ണിക്കുട്ടനെ തിക്കി. അന്നുരാത്രി ഒരു സായിപ്പിനെപ്പോലെ ഇടതടവില്ലാതെ ഇംഗ്ലീഷ് സംസാരിക്കുന്നതായി ഉണ്ണിക്കുട്ടൻ സ്വപ്നം കണ്ടു.

## പതിനെട്ട്

**വ**ള്ളിയമ്മ വന്ന് അമ്മയോട് വിഷമത്തോടെയെന്തോ പതം പറയുന്നത് കേട്ടിട്ടാണ് ഉണ്ണിക്കുട്ടൻ ഉണർന്നത്. മൂന്നാല് ദിവസമായ് ലാലു നായയെ കാണാനില്ലത്രെ! ഉണ്ണിക്കുട്ടന്റെ ഉള്ളിൽ ഒരു കൊള്ളിയാൻ മിന്നി. ഈശ്വരാ അന്ന് ലാലുവിനെ താനെറിഞ്ഞത് മർമ്മത്തെങ്ങാനും കൊണ്ടോ? ലാലു എവിടെയെങ്കിലും ചത്ത് കിടക്കുന്നുണ്ടോ? പക്ഷേ, വള്ളിയമ്മയുടെ തുടർന്നുള്ള വാക്കുകൾ കേട്ടപ്പോൾ അവന്റെ സംശയം മാറി.

ലാലുവിനെ കാണാതായതുമുതൽ വള്ളിയമ്മ പാടത്തും പറമ്പിലും കുറ്റിക്കാട്ടിലും മടയിലുമൊക്കെയായി തിരച്ചിലോട് തിരച്ചിലായിരുന്നു. അങ്ങനെയിരിക്കെ ഒരാൾ ഇന്നലെ വള്ളിയമ്മയോടു പറഞ്ഞു. തുറവൻകുളത്തിനടുത്ത് ലാലുവിന്റെ ഛായയുള്ള ഒരു നായയെ കണ്ടു എന്ന്. കൂടെ സുന്ദരിയായ ഒരു പട്ടിയുമുണ്ട്. വള്ളിയമ്മ തുറവൻ കുളത്തിനടുത്തേക്ക് പാഞ്ഞു. കേട്ടത് ശരിയാണ്. ഒരു പട്ടിയോടൊപ്പം ലീലകളാടി രസിക്കുകയാണ്. വള്ളിയമ്മയ്ക്ക് സഹിച്ചില്ല. ഇത്രനാളും താൻ പൊന്നോമനയായ് വളർത്തിക്കൊണ്ടുവന്ന നായയെ ഒരു പട്ടി മയക്കികൊണ്ടുവന്നിരിക്കുന്നു. ഇന്ന് രണ്ടിലൊന്നറിഞ്ഞിട്ടുതന്നെ കാര്യം. പക്ഷേ, വള്ളിയമ്മയെ കണ്ട ലാലു കുറ്റിക്കാട്ടിലൊളിച്ചു. വള്ളിയമ്മയ്ക്ക് സങ്കടമായി. അവർ കുറ്റിക്കാട് മുഴുവൻ ലാലുവിനെ വിളിച്ചുകൊണ്ട് നടന്നു. ഒരു ഫലവുമുണ്ടായില്ല. ജാലകം

പോലുള്ള ഒരു മരത്തിന്റെ വിടവിലൂടെ വിദൂരമായാ കാഴ്ച അവർ കണ്ടു. പട്ടിയോടൊത്ത് ലാലു എടച്ചലക്കുന്നിലേക്ക് പുളച്ചു കൊണ്ടോടിപോകുന്നു. ദൂരേക്ക്, ദൂരേക്ക്.....

നന്ദികെട്ട നായ, വഞ്ചകൻ, ധിക്കാരി, നാണമില്ലാത്തവൻ.... വള്ളിയമ്മ കരഞ്ഞുകൊണ്ട് പ്രാകിപണ്ടാറമടക്കി തിരിച്ചുപോന്നു. ജലപാനം പോലുമില്ലാതെ ഒരു ദിവസം കിടന്നു. വല്ലാതെ മനസ്സ് വിങ്ങിയപ്പോൾ അമ്മയോട് പറയാൻ വന്നതാണ്.

"പുറത്താരോടും പറയരുത്. അറിഞ്ഞാൽ നിയ്ക്ക് മോശാണ്." വള്ളിയമ്മ അമ്മയെ ഓർമ്മിപ്പിച്ചു.

"കന്നിമാസമല്ലേ. ആ ഭ്രമമൊക്കെ കഴിഞ്ഞാൽ അവൻ തിരിച്ചുവരും." അമ്മ ആശ്വസിപ്പിച്ചു.

"കണ്ണിക്കണ്ട പട്ടികളുടെ കൂടെ നിരങ്ങി ഇനി വന്നാ ആ പടി ചവിട്ടാൻ ഞാൻ സമ്മതിക്കൂല."

വള്ളിയമ്മ കട്ടായം പറഞ്ഞ് ചവിട്ടിക്കുലുക്കി അവിടെനിന്ന് പോയി.

വള്ളിയമ്മ പോയപ്പോൾ അമ്മ അവരെ കളിയാക്കിക്കൊണ്ടെന്തോ പറഞ്ഞു. ഉണ്ണിക്കുട്ടനത് മനസ്സിലായില്ല. എന്തായാലും ലാലു വല്ലാത്തൊരു പണിയാണ് ഒപ്പിച്ചതെന്ന് ഉണ്ണിക്കുട്ടനും തോന്നി. പാവം വള്ളിയമ്മ! ന്യായം അവരുടെ ഭാഗത്താണ്. ലാലു പോയാൽ വള്ളിയമ്മയ്ക്കാരുമില്ല. എന്നെങ്കിലും ലാലു തിരിച്ചു വരും. വള്ളിയമ്മ ദേഷ്യമൊക്കെ മറന്ന് അവനെ സ്വീകരിക്കുകയും ചെയ്യും. ഉണ്ണിക്കുട്ടൻ അങ്ങനെ സമാധാനിച്ചു.

അന്നുതന്നെ വള്ളിയമ്മ പെട്ടിയും പ്രമാണവുമൊക്കെയെടുത്ത് അക്കിക്കാവിനടുത്തുള്ള അനിയത്തിയുടെ വീട്ടിലേക്ക് പോയി. കുറേ ദിവസം കഴിഞ്ഞേ ഇനി മടങ്ങിവരൂ. ചിലപ്പോ വന്നില്ലെന്നും വരും. പോകുംവഴി അക്കിക്കാവിലുള്ളവരോട് എന്തെങ്കിലും പറയാനുണ്ടോ എന്ന് അവർ അമ്മയോട് ചോദിച്ചു. 'ഇവിടെ എല്ലാവർക്കും സുഖം തന്നെ' അമ്മ സന്ദേശം പറഞ്ഞു.

താൻ പ്രസംഗമത്സരത്തിൽ പങ്കെടുക്കുന്നുവെന്ന് നന്ദിനിക്കുട്ടിയോട് പറയാനേല്പിക്കണോ എന്ന് ഉണ്ണിക്കുട്ടൻ ആലോ

ചിച്ചു. വേണ്ട. സമ്മാനം കിട്ടിയിട്ട് മതി. അതാ രസം.

പോയതിന്റെ മൂന്നാംനാൾ തന്നെ വള്ളിയമ്മ തിരിച്ചുപോന്നു. വീടും തൊടിയുമൊക്കെ വൃത്തിയാക്കി വള്ളിയമ്മ ഉണ്ണിക്കുട്ടന്റെ വീട്ടിലേക്ക് വന്നു.

“ലാലു പിന്നെ ഈ വഴിക്കെങ്ങാനും വന്നിരുന്നോ ലളിതേ?” വള്ളിയമ്മ അമ്മയോട് ചോദിച്ചു.

“ഇല്ല. വന്നാലുമിനി വീട്ടിൽ കേറ്റില്ലാന്നല്ലേ വള്ളിയമ്മ പറഞ്ഞത്. പിന്നെന്താ?”

വള്ളിയമ്മ മുറുക്കാൻ  പൊതിയഴിച്ച് കൊണ്ട് പുകയില നുള്ളി:

“അതല്ല, മനസ്സിനൊരു വെഷമം പോലെ. നാളെ എടച്ചലക്കുന്നിലേക്കൊന്ന് പോയാലോന്നാലോചിക്കാ.”

“പോണോര് പോട്ടേന്ന്. വള്ളിയമ്മ വേറൊരു നായക്കുട്ടിയെ വളർത്തിൻ.” അമ്മ നിസ്സാരമായ് പറഞ്ഞു: “അതുവിട് അക്കിക്കാവിലെന്തൊക്കെയാണ് വിശേഷം?”

“ചെല വിശേഷങ്ങളൊക്കെയുണ്ട്. ” വള്ളിയമ്മ ഗൗരവത്തിൽ അത് പറഞ്ഞ് ഉമ്മറത്തിരിക്കുന്ന ഉണ്ണിക്കുട്ടനെ തറപ്പിച്ചൊന്നു നോക്കി.

“നെനക്ക് പഠിക്കാനൊന്നൂല്ലേ. മുതിർന്നോര് സംസാരിക്കുന്നിടത്ത് ചിറി നോക്കാതെ നാലക്ഷരം പഠിക്കാൻ നോക്ക്. ചെല്ല്.” ശാസനാരൂപത്തിൽ അമ്മ ഉണ്ണിക്കുട്ടനോട് പറഞ്ഞു.

ഉണ്ണിക്കുട്ടൻ അകത്തേക്ക് പോയി. അവൻ പ്രസംഗത്തിലെ ചില പോയിന്റുകൾ ഓർമ്മിച്ചു. ആ ദിവസം വരുകയായി. നാളെ; നാളെയാണ് കുഞ്ഞുട്ടിയാശാരിയുടെ മകൻ ഉണ്ണിക്കുട്ടൻ ആളാകുന്ന സുദിനം. ടും... ടു.... ടും....

## പത്തൊൻപത്

**ക**ലോത്സവദിനം.

ഉണ്ണിക്കുട്ടൻ ഭഗവതിയമ്പലത്തിൽ പോയി മനമുരുകി പ്രാർത്ഥിച്ചു. സ്കൂളിലേക്ക് ചെല്ലും മുമ്പ് സെയ്ദ്സാറിന്റെ അരു

കിൽ പോയി അനുഗ്രഹം വാങ്ങണമെന്ന് അച്ഛനുമമ്മയും അവനെ പറഞ്ഞേല്പിച്ചിരുന്നു. അവർ പറഞ്ഞില്ലെങ്കിലും ഉണ്ണിക്കുട്ടനങ്ങനെ ചെയ്യാനിരുന്നതാണ്.

അമ്പലത്തിൽനിന്ന് വന്നശേഷം പ്രാതൽ കഴിച്ചു. പിന്നെ കുറച്ചുനേരം മുറിയിലേകനായിരുന്ന് പ്രസംഗം പറഞ്ഞുനോക്കി, ലാസ്റ്റ് റിഹേഴ്സൽ. ഇനി അവസരമില്ല. എല്ലാം കൃത്യമാണ്.

അച്ഛനുമമ്മയും ചുറ്റുവട്ടത്തുള്ള മിക്കവരും കലോത്സവം കാണാൻ വരുന്നുണ്ട്. അവരെല്ലാം കുറച്ചു വൈകിയേ എത്തൂ. പ്രസംഗമത്സരം ഉച്ചയ്ക്ക് മുമ്പാണ്. ടാബ്ലോ ഉച്ചയ്ക്ക് ശേഷവും. പരിപാടികൾ ഒൻപതു മണിക്ക് ആരംഭിക്കും.

പോകാൻ തയ്യാറായി ഉണ്ണിക്കുട്ടൻ സെയ്ദ്സാറിന്റെ വീട്ടിലേക്ക് ചെന്നു.

"അനുഗ്രഹിക്കണം." അവൻ സെയ്ദ്സാറിന്റെ കാലുകളിൽ തൊട്ടു. അപ്പോഴെന്തുകൊണ്ടോ ഉണ്ണിക്കുട്ടന്റെ കണ്ണുകൾ നിറഞ്ഞു.

"ജയിച്ച് വരൂ." സെയ്ദ്സർ അവന് ആശംസകൾ നേർന്നു.

"എപ്പോഴാണ് കലോത്സവത്തിന് വരിക?"

"ഉണ്ണിക്കുട്ടൻ പ്രസംഗം തുടങ്ങുമ്പോൾ ഞാൻ സഭയിലുണ്ടാകും."

ഉണ്ണിക്കുട്ടന് ആശ്വാസമായി.

ടാബ്ലോയിൽ പങ്കെടുക്കുന്ന ടീം ഉണ്ണിക്കുട്ടനെ ഇടവഴിയിൽ കാത്തുനില്ക്കുന്നുണ്ടായിരുന്നു. ഉണ്ണിക്കുട്ടൻ അവരോടൊപ്പം സ്കൂളിലേക്ക് നടന്നു.

മലയാളപദ്യം ചൊല്ലലിലൂടെയാണ് പരിപാടി ആരംഭിച്ചത്. പിന്നെ യഥാക്രമം അറബി, ഹിന്ദി, ഇംഗ്ലീഷ് പദ്യംചൊല്ലൽ നടന്നു. ലളിതഗാനം തുടങ്ങിയപ്പോഴേക്കും നാട്ടുകാരെത്തി നല്ല സദസ്സായി. ലളിതഗാനം കഴിഞ്ഞാൽ പ്രസംഗമത്സരമാണെന്ന് അനൗൺസ്മെന്റുമുണ്ടായി. ഉണ്ണിക്കുട്ടൻ ചുമതലപ്പെട്ട അദ്ധ്യാപകന്റെ മുന്നിൽ പ്രസന്റ് ചെയ്തു. പത്തുകുട്ടികൾ പേർ കൊടുത്തതിൽ അഞ്ചുപേർ മാത്രമേ പങ്കെടുക്കുന്നുള്ളൂ. സ്കൂളിലെ സ്ഥിരം പ്രാസംഗികരും ജേതാക്കളുമായ കണ്ണടക്കാരി സബി

തയും, ഉഷാറാണിയും, സുൽഫിത്തും പിന്നെ ഉണ്ണിക്കുട്ടനും, മണികണ്ഠദാസും. പുതുമുഖം ഉണ്ണിക്കുട്ടൻ തന്നെ. ഗ്രീൻറൂമിൽനിന്ന് മറ്റു പ്രാസംഗികർ ഉണ്ണിക്കുട്ടനെ അവജ്ഞയോടെ നോക്കി. മൂന്ന് പ്രൈസാണുണ്ടാകുക. രണ്ടുപേർ ഔട്ടാകും. തനിക്ക് സെക്കന്റ് കിട്ടിയാലും മതി. ഫസ്റ്റ് സബിത തന്നെ കൊണ്ടുപൊയ്ക്കോട്ടെ. ഉണ്ണിക്കുട്ടൻ മനക്കോട്ടകൾ കെട്ടി. ഭയവും പരിഭ്രമവും ഇവർക്കെല്ലാവർക്കുമുണ്ടെന്ന് ഗ്രീൻ റൂമിൽ നിന്ന് ഉണ്ണിക്കുട്ടന് മനസ്സിലായി. അവർ നാലുപേരും ഒരു കൂട്ടമായ് നിന്ന് പഠിച്ച പ്രസംഗം വീണ്ടും വീണ്ടും കാണാപാഠമാക്കുകയാണ്. മണികണ്ഠദാസിന്റെ കൈയിലിരുന്ന് പ്രസംഗക്കുറിപ്പ് വിറയ്ക്കുന്നു. സുൽഫിത്ത് വിയർക്കുന്നുണ്ട്. അവരുടെ പരിഭ്രമം കണ്ടപ്പോൾ ഉണ്ണിക്കുട്ടന് ധൈര്യം കൂടുകയാണ് ചെയ്തത്. ഒറ്റപ്പെട്ടു നില്ക്കുന്ന ഉണ്ണിക്കുട്ടന്റെ അടുത്തേക്ക് വന്ന് മണികണ്ഠദാസ് ചോദിച്ചു:

"കുട്ടിക്ക് പേടിയൊന്നുമില്ലേ, ആദ്യായിട്ടല്ലേ?"

ഉണ്ണിക്കുട്ടൻ മറുപടിയൊന്നും പറയാതെ നിന്നു.

"പേടിയുണ്ടെങ്കിപ്പോതന്നെ മുങ്ങിക്കോ."

"ഏയ്."

"എന്നാ കൊഴപ്പമില്ല. സമ്മാനം ഞങ്ങൾ കൊണ്ടുപോകും. ഫസ്റ്റ് സബിതയ്ക്ക് സെക്കന്റ് ഉഷാറാണിക്ക് തേഡെനിക്ക്. നീയും സുൽഫിത്തും തോല്ക്കും."

"ഇപ്പോതന്നെ ഉറപ്പിച്ചോ?"

"കഴിഞ്ഞകൊല്ലവും മുമ്പത്തെകൊല്ലവും അങ്ങനെതന്നെ. എന്തായാലും കുട്ടിക്ക് ഞാനൊരു ഐഡിയ പറഞ്ഞുതരാം. പ്രസംഗിക്കുമ്പോൾ ഒരിക്കലും ആളുകളുടെ മുഖത്തേക്ക് നോക്കരുത്. അങ്ങനെ നോക്കിയാൽ അപ്പോതെറ്റും. ദൂരെ ആരുമില്ലാത്ത ഒരു ഭാഗത്തേക്ക് നോക്കിനിന്നോണം." അതും പറഞ്ഞ് മണികണ്ഠദാസ് നാൽവർസംഘത്തിലേക്ക് തന്നെ ചെന്നു.

ഉണ്ണിക്കുട്ടൻ വരാന്തയിലേക്കിറങ്ങി സദസ്സിനെ നോക്കി. അച്ഛനുമമ്മയും എത്തിയിട്ടുണ്ട്. സെയ്ദ്സാറില്ല. വരും വരാതിരിക്കില്ല. അവൻ ഗ്രീൻറൂമിലേക്കുതന്നെ തിരിച്ചുപോയി.

ആദ്യം വിളിച്ചത് സബിതയെയാണ്, സബിത ടവ്വൽകൊണ്ട് വിയർപ്പൊപ്പി സ്റ്റേജിലേക്ക് പോയി. 'ഏവർക്കും എന്റെ വിനീത നമസ്കാരം' എന്നുപറഞ്ഞാണ് സബിത ആരംഭിച്ചത്. 'രോഗവും ആരോഗ്യപരിപാലനവും' ആയിരുന്നു വിഷയം. സ്ഥിരം പ്രാസംഗികയല്ലേ, തപ്പലും വിക്കലുമൊന്നുമില്ലാതെതന്നെ സബിത പ്രസംഗമവതരിപ്പിച്ചു. അപ്പോഴാണ് മണികണ്ഠദാസ് പറഞ്ഞത് ഉണ്ണിക്കുട്ടനോർത്തത്. സബിത നോക്കുന്നത് ആരുമില്ലാത്ത ഒരു ദിശയിലേക്ക് മാത്രമാണ്. എന്തായാലും മുൻകാലത്തെയത്ര നന്നായില്ല സബിതയുടെ പ്രസംഗം എന്നുണ്ണിക്കുട്ടനു തോന്നി. പിന്നെ വന്നത് ഉഷാറാണിയായിരുന്നു. ഉഷാറാണി അഭിസംബോധനയ്ക്ക് നില്ക്കാതെ നേരെ പ്രസംഗത്തിലേക്ക് കടന്നു. അങ്ങനെ ചെയ്യുന്നത് മര്യാദയില്ലാത്ത പ്രവർത്തിയാണെന്ന് സെയ്ദ്സാർ ഉണ്ണിക്കുട്ടനെ പ്രത്യേകമോർമ്മിപ്പിച്ചിരുന്നു. സബിതയേക്കാൾ നന്നായി പ്രസംഗിച്ചത് ഉഷാറാണിയാണെന്ന് ഉണ്ണിക്കുട്ടൻ വിലയിരുത്തി. വിളിക്കുന്ന ഓർഡർ ശ്രദ്ധിച്ചപ്പോൾ, തന്നെ ഏറ്റവും അവസാനമേ വിളിക്കൂ എന്ന് ഉണ്ണിക്കുട്ടൻ കണക്കുകൂട്ടി. പിന്നെ വന്നത് മണികണ്ഠദാസായിരുന്നു. അവൻ വാക്കുകൾ കിട്ടാതെ പാതിയിൽ പ്രസംഗമവസാനിപ്പിച്ച് മടങ്ങി. മാത്രമല്ല മൈക്കിന്റെ വയറിൽ തട്ടിവീഴാനും പോയി. സെയ്ദ്സാറിന്റെ വാക്കുകൾ ഉണ്ണിക്കുട്ടൻ ഓർമ്മിച്ചു. 'വേദിയിലേക്ക് സാവധാനം വരിക. എവിടേയും തട്ടിത്തടയരുത്.'

സുൽഫിത്ത് വളരെ പതുക്കെയാണ് സംസാരിച്ചത്. ടെക്നീഷ്യൻ ശരിയായ് മൈക്ക് വിന്യസിപ്പിച്ചുകൊടുത്തെങ്കിലും അവളുടെ ശബ്ദം സദസ്സിലെ എല്ലാവർക്കും കേൾക്കാനാകാത്തവിധം പതിഞ്ഞതായിരുന്നു. ഇടയ്ക്കിടയ്ക്ക് തലയിൽനിന്ന് ഊർന്നിറങ്ങുന്ന തട്ടം അവൾ ശരിയാക്കിക്കൊണ്ടിരുന്നു. അത് ഒരു അരോചകപ്രവർത്തിയായിട്ടെല്ലാവർക്കും അനുഭവപ്പെട്ടു. മാത്രമല്ല പറഞ്ഞതുതന്നെ ആവർത്തിച്ചുകൊണ്ടുമിരുന്നു.

കാത്തുകാത്തിരുന്ന തന്റെ ഊഴമെത്തുകയാണെന്ന് ഉണ്ണിക്കുട്ടനറിഞ്ഞു. പരിഭ്രമമകന്ന് ധീരത ഉള്ളിൽ നിറയാൻ അവൻ ഒരുവട്ടം കൂടി പ്രാർത്ഥിച്ചു.

അതാപേര് വിളിക്കുന്നു.

“ഉണ്ണികൃഷ്ണൻ. കെ ഏഴ് സി”

ചെറിയൊരു വിറ ശരീരമാകെ പടരുന്നതായി ഉണ്ണിക്കുട്ടന് തോന്നി. അവൻ പതുക്കെ വേദിയിലേക്ക് നടന്നു. ടെക്നീഷ്യൻ അവന്റെ ഉയരത്തിനനുസരിച്ച് മൈക്ക് ഉയർത്തിക്കൊടുത്തു. അത് ചെയ്ത് മടങ്ങുമ്പോൾ അയാൾ മറ്റാരോടും ചെയ്യാത്തവിധം ഉണ്ണിക്കുട്ടന്റെ തോളിൽ തട്ടി ‘ഓൾ ദ ബെസ്റ്റ്’ എന്നാശംസിച്ചു. അതിന്റെ അർത്ഥം ഉണ്ണിക്കുട്ടനറിയാം. അതവന്റെ ഭയത്തെ കെടുത്തി. ടെക്നീഷ്യൻ മുന്നിൽനിന്ന് മാറിയപ്പോൾ തന്റെ പ്രസംഗത്തിന് കാതോർത്തിരിക്കുന്ന വലിയൊരു ജനാവലിയെ അവൻ കണ്ടു. മുൻപന്തിയിലെ പ്രധാനപ്പെട്ടവർക്ക് വേണ്ടിയുള്ള കസേരയിലിരിക്കുന്നത് ആരാണ്? സെയ്ദ്സാർ! അദ്ദേഹം മടക്കിയ വലതു കൈയിലെ തള്ളവിരൽ ഉയർത്തി ഉണ്ണിക്കുട്ടന് നേരെ വിജയചിഹ്നം കാണിച്ചു. ഉണ്ണിക്കുട്ടന്റെ ഉള്ളിൽ ആത്മവിശ്വാസം നിറഞ്ഞു.

കൈകൾ കൂപ്പി അവനാരംഭിച്ചു:

“മാന്യസദസ്സിന് വന്ദനം .....”

ആദ്യത്തെഭാഗം തുടങ്ങിയപ്പോൾ എല്ലാം ക്രമത്തിൽ അവന്റെ ഓർമ്മയിലേക്ക് തിക്കിയെത്തി. ഇടയ്ക്കെപ്പോഴോ തന്റെ പ്രസംഗത്തിന് വേഗം കൂടുന്നുണ്ടോ എന്ന് ഉണ്ണിക്കുട്ടൻ സംശയിച്ചു. അവനത് നിയന്ത്രിച്ചു. വിഷയത്തിന്റെ ഒതുക്കവും പ്രസക്തിയും കൊണ്ടാകണം സദസ്സ് ശരിക്കും ശ്രദ്ധാനിരതമായി. സദസ്സിന്റെ ശ്രദ്ധ ഉണ്ണിക്കുട്ടന്റെ ആവേശം വർദ്ധിപ്പിച്ചു. സെയ്ദ്സാർ പറഞ്ഞിരുന്നതുപോലെ അവൻ ഘട്ടംഘട്ടമായി ശബ്ദം വർദ്ധിപ്പിച്ചു. പ്രസംഗത്തിന്റെ രണ്ടാമത്തെ ഭാഗം കഴിഞ്ഞപ്പോൾ മൂന്നാം ഭാഗത്തോടുകൂടി തന്റെ പ്രസംഗം തീർന്നുപോകുകയാണല്ലോ എന്ന നിരാശയിലായി അവന്റെ മനം. തനിക്ക് ഇതുപോലെ കുറേ നേരം ഇനിയും സ്റ്റേജിൽ നില്ക്കണം.

“....പഴമയിൽനിന്ന് വിഭിന്നമായ് ഇന്നത്തെ സമൂഹത്തിന് കൃത്യമായ ധാരണയുണ്ട്. സാമ്പത്തികമോ സൗന്ദര്യമോ അല്ല ഒരാളുടെ ഏറ്റവും വലിയ കൈമുതൽ. അത് വിദ്യയാണ്, വിദ്യാ

ഭ്യാസമാണ്; വിജ്ഞാനമാണ്. രക്ഷിതാക്കളുടെ, സമൂഹത്തിന്റെ ഈ അവബോധമാണ് ഇന്ത്യയുടെ മറ്റു സംസ്ഥാനങ്ങളെ അപേക്ഷിച്ച് കേരളത്തിന്റെ ഉന്നമനത്തിന്റെയും, നമ്മളിന്നനുഭവിക്കുന്ന മെച്ചപ്പെട്ട ജീവിത സൗകര്യത്തിന്റെയും മൂലകാരണം എന്ന് ഒരിക്കൽക്കൂടി ഓർമ്മിപ്പിച്ചുകൊണ്ട് ഞാനെന്റെ കൊച്ചു പ്രസംഗം ഉപസംഹരിക്കുന്നു. എല്ലാവർക്കും നന്ദി, നമസ്കാരം."

വലിയ കൈയടിയായിരുന്നു സദസ്സിൽ നിന്നുയർന്നത്. മുന്നിലിരിക്കുന്നവർ എണീറ്റ് നിന്ന് കരഘോഷം മുഴക്കി. തനിക്ക് കിട്ടിയ ഏറ്റവും വലിയ സമ്മാനവും അംഗീകാരവും ഈ കൈയടിയാണെന്ന് ഉണ്ണിക്കുട്ടന് തോന്നി. അവന്റെ മനം നിറഞ്ഞ് തുളുമ്പി. സ്റ്റേജിൽനിന്ന് വരാന്തയിലെത്തിയപ്പോൾ സെയ്ദ്സാർ അവിടെ നില്ക്കുന്നത് ഉണ്ണിക്കുട്ടൻ കണ്ടു. ആവേശത്തോടെ അവൻ അദ്ദേഹത്തിന്റെ അടുത്തേക്ക് ഓടിയെത്തി. അദ്ദേഹം അവനെ ആശ്ലേഷിക്കുകയാണുണ്ടായത്:

"വെൽഡൺ ബോയ് വെൽഡൺ."

സന്തോഷം കൊണ്ടുണ്ണിക്കുട്ടൻ വിതുമ്പിക്കൊണ്ടിരുന്നു:

"നന്ദി.....നന്ദി......നന്ദി."

## ഇരുപത്

**ഉ**ച്ചയ്ക്ക് ശേഷമാണ് പ്രസംഗജേതാക്കളെ പ്രഖ്യാപിച്ചത്. അപ്പോൾ സെയ്ദ്സാർ ഉണ്ടായിരുന്നില്ല. പോകുംമുമ്പേ അദ്ദേഹം ഉണ്ണിക്കുട്ടനോട് ഉറപ്പുപറഞ്ഞിരുന്നു. ഒന്നാം സമ്മാനം ഉണ്ണിക്കുട്ടന് തന്നെയാകുമെന്ന്. പ്രസംഗം കേട്ട് അവനെ അഭിനന്ദിച്ച മിക്കവരും അതുതന്നെപറഞ്ഞു. അതുകൊണ്ട് സമ്മാനം കിട്ടുമെന്ന് ഉണ്ണിക്കുട്ടന് ഏതാണ്ട് ബോദ്ധ്യം വന്നിരുന്നു. അത് ഒന്നാം സമ്മാനമാണോ, രണ്ടാംസമ്മാനമാണോ എന്നാണറിയേണ്ടത്.

പ്രഖ്യാപനം വന്നപ്പോൾ എല്ലാവരും പറഞ്ഞത് സത്യമായി. ഒന്നാംസമ്മാനം ഉണ്ണിക്കുട്ടന്. രണ്ടും മൂന്നും സബിതയ്ക്കും ഉഷാറാണിയ്ക്കും. കാര്യങ്ങൾ മാറിമറിഞ്ഞിരിക്കുന്നു. പുതിയൊരു പ്രാസംഗികൻ ഉദയം ചെയ്ത് കഴിഞ്ഞിരിക്കുന്നു.

അങ്ങനെ ഉണ്ണിക്കുട്ടന്റെ തീവ്രമായ മോഹം പൂവണിഞ്ഞു. ആത്മാർത്ഥമായി ശ്രമിച്ചാൽ സാധിക്കാത്തതായി യാതൊന്നുമില്ല എന്ന് ഗുരുജനങ്ങൾ പറയുന്നത് വെറുതെയല്ല. അല്ലെങ്കിൽ വലിയ പഠിപ്പുകാരിയായ, പണക്കാരായ അച്ഛനമ്മമാരുടെ പുന്നാരമകൾ സബിതയെ പിന്തള്ളി താൻ സമ്മാനം നേടുമോ! മണികണ്ഠദാസ് എന്താണ് പറഞ്ഞത്! മുമ്പേ. പൊലീസുകാരന്റെ മകനാണ് എന്നൊരു ഹുങ്ക് അവനുണ്ട്. ഇനി ആ പരിപ്പുമായവൻ തന്റെ അടുത്തേക്ക് വരില്ല. ഹൈസ്കൂളിലെത്തിയാലും പ്രസംഗമത്സരത്തിൽ പങ്കെടുക്കണം. അപ്പോൾ ദു:ഖകരമായ ഒരു ചിന്ത അവനിലുടലെടുത്തു. അടുത്തകൊല്ലം സെയ്ദ്സർ ഇവിടെയുണ്ടാകുമോ? പുസ്തകമെഴുത്ത് കഴിഞ്ഞ് അദ്ദേഹം മടങ്ങിപ്പോകില്ലേ. ഡൽഹിയിലേക്ക് പോകാതെ എന്നും ഇന്നാട്ടിൽ നില്ക്കാൻ അപേക്ഷിച്ചാൽ അദ്ദേഹം തയ്യാറാവുമോ? സന്തോഷത്തിന്റെ നിറവിലും വ്യസനം അവന്റെ ഹൃദയത്തെ ബാധിച്ചു.

ഉണ്ണിക്കുട്ടനിപ്പോ വീട്ടിലും ചുറ്റുപാടിലുമൊക്കെ ഒരു വെയ്റ്റൊക്കെയുണ്ട്. വല്ലിയമ്മയും മറ്റും അവനെ പുകഴ്ത്തി. ശരിക്കും വലിയവരുടെ പോലെയുണ്ടായിരുന്നത്രെ അവന്റെ പ്രസംഗം. താഴെ തറവാട്ടിൽ ചെന്നപ്പോൾ മുത്തശ്ശിയും വിവരമൊക്കെ അറിഞ്ഞിരുന്നു. 'വല്യ കുട്ടിയായെന്റെ ഉണ്ണിക്കുട്ടൻ' എന്ന് പറഞ്ഞ് മുത്തശ്ശി അവരുടെ തലയിലെ എണ്ണമയം കൈകളിൽ പറ്റിച്ച് ഉണ്ണിക്കുട്ടന്റെ തലയിൽ തലോടി. മുത്തശ്ശി ഇടയ്ക്കിടെ അങ്ങനെ ചെയ്യാറുണ്ട്. അങ്ങനെ ചെയ്താൽ മുത്തശ്ശിയുടെ ബാക്കി ആയുസ്സ് ഉണ്ണിക്കുട്ടന് കിട്ടുമെന്നാണ് അവർ പറയുന്നത്.

"എനിക്കെന്തിനാ ഇനി.... ഒക്കെ നീയെടുത്തോ." മുത്തശ്ശിയുടെ ആത്മഗതം.

വല്യമ്മ ഉത്തരത്തിൽവെച്ച് പഴുപ്പിച്ച നീലൻമാങ്ങ ഉണ്ണിക്കുട്ടന് നല്കി. പിന്നീട് കോഴിമുട്ട വേവിച്ചതും കൊടുത്തു.

"മിടുക്കൻ. ആദ്യായിട്ടാണ് ഈ തറവാട്ടിലെ ഒരു കുട്ടി കലാകാരനാകുന്നത്." അവർ പറഞ്ഞു.

'കലാകാരൻ!' കോരിത്തരിപ്പോടെയാണുണ്ണിക്കുട്ടനത് ശ്രവിച്ചത്. പാട്ടുകാരനായ ഒ കെ രാജേന്ദ്രനെ ആളുകൾ കലാകാരൻ

എന്ന് വിശേഷിപ്പിക്കുന്നത് കേട്ടിട്ടുണ്ട്. ഒരു പ്രസംഗം തന്റെ ജീവിതത്തിൽ എന്തെല്ലാം മാറ്റങ്ങളാണുണ്ടാക്കിത്തീർത്തത്. ഈശ്വരാ ഇതെന്നും നിലനിന്നാൽ മതിയായിരുന്നു. ഒക്കേത്തിനും കാരണം സെയ്ദ്സാറാണ്. അദ്ദേഹം തന്റെ ദൈവമാണ്., ദൈവം!

അന്ന് രാത്രി ഉണ്ണിക്കുട്ടൻ വലിയ സ്വപ്നങ്ങൾ കണ്ട് സുഖമായുറങ്ങി.

*************

കലോത്സവത്തിലെ രണ്ടാമത്തെ ദിനംകൂടി കഴിഞ്ഞപ്പോൾ ഉണ്ണിക്കുട്ടന്, സമ്മാനം കിട്ടിയ വിവരം അക്കിക്കാവിലറിയിക്കാൻ വെമ്പലായി. വെക്കേഷനിനിയും മാസങ്ങളുണ്ട്. അതുവരെ കാക്കാൻ ക്ഷമയില്ല. ക്രിസ്തുമസിന് പത്തുദിവസത്തെ സ്കൂളവധിയുണ്ട്. അച്ഛനോട് വാശിപിടിച്ചാൽ അക്കിക്കാവിലേക്ക് പോകാൻ പറ്റിയേക്കും. പക്ഷേ, അതിനും സമയമുണ്ട്. കത്തെഴുതാം; ഇന്നുതന്നെ. അച്ഛനോടോ, അമ്മയോടോ സൂചിപ്പിക്കാൻ നിന്നില്ല. എന്താണെന്നറിയില്ല. ഈയ്യിടെ അമ്മയ്ക്ക് ഭയങ്കര ദേഷ്യമാണ്. അച്ഛനോടും മയമില്ലാതെയാണ് പെരുമാറുന്നത്.

ഉണ്ണിക്കുട്ടൻ സ്കൂളിലേക്ക് പോകുംവഴി പോസ്റ്റോഫീസിൽനിന്ന് ഒരു കാർഡ് വാങ്ങി. വൈകിട്ട് ആരുമറിയാതെ മുറിയിലിരുന്ന് എഴുതി. കത്തെഴുതി അവന് ശീലമുണ്ട്. പാലംപണിക്കായി ദൂരേക്ക് പോയിരിക്കുന്ന ഉദരപ്പന് ഭാര്യ കാളി മാസത്തിലൊരിക്കൽ കത്തയയ്ക്കും. കാളിക്ക് എഴുത്തും വായനയും അറിയാത്തതിനാൽ ഉണ്ണിക്കുട്ടനെക്കൊണ്ടാണെഴുതിക്കുക. ഉദരപ്പന്റെ മറുപടി വായിച്ചു കൊടുക്കലും ഉണ്ണിക്കുട്ടൻ തന്നെ. കാളി പറഞ്ഞുതരുന്നത് തിരുത്തി സ്വന്തമായ് ചില കൂട്ടിച്ചേർക്കലുകളൊക്കെ നടത്തി കത്ത് മനോഹരമാക്കാറുണ്ട് ഉണ്ണിക്കുട്ടൻ.

“എത്രയും സ്നേഹം നിറഞ്ഞ നന്ദിനിക്കുട്ടിയും അച്ഛമ്മയും മറ്റുള്ളവരും അറിയാൻ ഉണ്ണിക്കുട്ടൻ എഴുതുന്നു. എന്തെന്നാൽ എനിക്കിവിടെ സുഖം തന്നെ. നിങ്ങൾക്കും അങ്ങനെയായിരിക്കുമെന്ന് വിശ്വസിക്കുന്നു. എനിക്ക് കലോത്സവത്തിൽ സമ്മാനം കിട്ടി. സ്ഥിരം ജയിക്കുന്നവരെയൊക്കെ തോല്പിച്ചുകൊണ്ടാണ് ഞാനിത് നേടിയത്. അച്ഛനോട് പറഞ്ഞ് ക്രിസ്മസ്സ് അവധിക്ക്

വരാം. ബാക്കിയെല്ലാം നേരിൽ. ഈ കത്തിന് എന്തായാലും മറുപടി അയക്കണം.

എന്ന്,

സ്വന്തം ഉണ്ണിക്കുട്ടൻ

ഒപ്പ്."

പിറ്റേന്ന് തന്നെ ഉണ്ണിക്കുട്ടൻ കത്ത് പോസ്റ്റ് ബോക്സിലിട്ടു. കത്തവിടെ രണ്ടാം ദിവസം കിട്ടുമെന്ന് ഉണ്ണിക്കുട്ടനറിയാം. അമ്മ മുമ്പൊക്കെ കത്തയച്ചിരുന്നു. ആ കണക്കിന് അവരുടെ മറുപടി നാലാം നാൾ കിട്ടേണ്ടതാണ്.

ഉണ്ണിക്കുട്ടൻ അക്കിക്കാവിലെ മറുപടിക്കായ് അക്ഷമയോടെ കാത്തു.

## ഇരുപത്തി ഒന്ന്

**ക**ലോത്സവത്തിന് ഉണ്ണിക്കുട്ടന് കിട്ടിയ സർട്ടിഫിക്കറ്റും മെഡലും ഉമ്മറത്തെ സ്റ്റാന്റിൽ എല്ലാവരും കാൺകെ അവൻ പ്രദർശിപ്പിച്ചു വെച്ചിട്ടുണ്ട്.

അക്കിക്കാവിലെ കത്തിനായി കാത്തിരിക്കുന്ന ഓരോ ദിവസവും ദുസ്സഹമായി ഉണ്ണിക്കുട്ടനനുഭവപ്പെട്ടു. നിർഭാഗ്യവശാൽ പത്തുദിവസം കഴിഞ്ഞിട്ടും മറുപടി വരുകയുണ്ടായില്ല. ഇനി കത്തവിടെ കിട്ടാതിരിക്കുമോ? ഒന്നുകൂടി എഴുതണോ! ഉണ്ണിക്കുട്ടൻ ആശയക്കുഴപ്പത്തിലായി. കത്ത് കിട്ടിക്കാണും. താൻ ക്രിസ്മസ്സിന് വരുമെന്നെഴുതിയതിനാൽ മറുപടി എഴുതേണ്ട എന്ന് കരുതിയതാവും. അതുകൊണ്ട് ക്രിസ്മസ്സ് ലീവിന് അച്ഛനെ സോപ്പിട്ട് എന്തായാലും പോകണം. ഏറിയാൽ ഇനി ഒന്നരമാസം. അത്രയും കാത്തിരുന്നാൽ ക്രിസ്മസ്സായി. ചിലപ്പോൾ അതിനിടയ്ക്ക് കത്ത് വരാനും മതി. അവനങ്ങനെയുറപ്പിച്ചപ്പോൾ തല്ക്കാലം സമാധാനമായി.

സെയ്ദ്സാർ ടെൻസാണ് ഇപ്പോൾ ഉണ്ണിക്കുട്ടനെ പഠിപ്പിക്കുന്നത്. എളുപ്പത്തിന് കണക്കിലെ പോലെ ചില സമവാക്യങ്ങളുണ്ടാക്കി സാറവന് നല്കിയിട്ടുണ്ട്. ഇപ്പോ അത് കാണാ

പാഠം പഠിച്ചാ മതി. മുതിർന്ന ക്ലാസിലെത്തുമ്പോൾ കൂടുതൽ വ്യക്തത വരും. അവൻ രണ്ടുമൂന്ന് ദിവസങ്ങളായ് പഠിച്ച സമവാക്യങ്ങൾ ഉരുവിട്ടുനോക്കി.

"Simple present = subject + V1
Simple past = Subjest +V2
Simple Future = Subject + shall/will+V1"

വാക്യത്തിലെ സബ്ജക്ട് സിങ്കുലർ ആണെങ്കിൽ വെർബിന്റെ കൂടെ 'S' ചേർക്കണമെന്ന് പ്രത്യേകം ശ്രദ്ധിക്കണം.

ടെൻസിന്റെ ബാക്കി ഭാഗങ്ങൾ കുറച്ചു കട്ടിയാണെന്ന് സാറ് സൂചിപ്പിച്ചിട്ടുണ്ട്. ഒന്നുകൂടി മനസ്സിരുത്തിയാൽ ഗ്രഹിക്കാവുന്നതേയുള്ളൂ. അക്കിക്കാവിൽ ചെന്നാൽ നന്ദിനിക്കുട്ടിയോടിതെല്ലാം അവതരിപ്പിച്ച് ഷൈൻ ചെയ്യണം. അറിയില്ലെങ്കിൽ അവൾക്കിത് പഠിപ്പിച്ചുകൊടുക്കുകയും വേണം. പഴയ ഉണ്ണിക്കുട്ടനല്ല താനെന്ന് ബോദ്ധ്യപ്പെടട്ടെ.

അന്ന് വൈകിട്ട് ക്ലാസ് കഴിഞ്ഞുവന്നപ്പോൾ അതാ മുറ്റത്ത് ലാലുനായ ഇരിക്കുന്നു. ഇതെപ്പോ വന്നു! ഉണ്ണിക്കുട്ടനത്ഭുതമായി. വള്ളിയമ്മ അറിഞ്ഞാൽ സന്തോഷമാകും. ഉണ്ണിക്കുട്ടനെ കണ്ടപ്പോൾ ലാലു സൗഹൃദം പ്രകടിപ്പിച്ചു. പഴയപോലെയല്ല ഒന്നുടഞ്ഞിട്ടുണ്ട്. തെണ്ടാൻ പോയതിനാൽ ശരിക്കും ഭക്ഷണം കിട്ടാത്തതിന്റെ കേടാണ്.

ഉണ്ണിക്കുട്ടൻ അടുക്കളയിൽ ചെന്ന് കുറച്ച് ചോറും ഉണക്കമീൻ വറുത്തതുമെടുത്ത് ലാലുവിന് കൊടുത്തു. ലാലുവത് ആർത്തിയോടെ തിന്നു. കുഞ്ഞാടപ്പോൾ തൊഴുത്തിൽനിന്ന് കരഞ്ഞു.

"അമ്മേ ലാലുനായ വന്നിരിക്കുന്നു. വള്ളിയമ്മ അറിഞ്ഞോ ആവോ?" ഉണ്ണിക്കുട്ടനമ്മയെ അറിയിച്ചു.

"അവനിന്നലെ വന്നു. രാത്രി മുഴുവൻ വള്ളിയമ്മ വീട്ടിൽ കേറ്റാതെ പുറത്തു നിർത്തി. ഇന്നുരാവിലെയാ അവർ തമ്മിൽ ലോഹ്യായത്. അവന്റെ കോലം കണ്ടപ്പോൾ വള്ളിയമ്മയ്ക്ക് സങ്കടായി. അഞ്ച് നാടൻ കോഴിമുട്ടകൊണ്ടിന്നു രാവിലെ ഓംലറ്റടിച്ചുകൊടുത്തത്രെ. എന്തായാലും അതൊരു ജന്തുവല്ലേ. പറഞ്ഞു

മനസ്സിലാക്കാൻ പറ്റ്വോ. തരം കിട്ടിയാൽ ഇനീം പോയെന്നു വരും."

ഉണ്ണിക്കുട്ടന് വള്ളിയമ്മയുടേയും ലാലുവിന്റെയും കാര്യമോർത്തപ്പോൾ ചിരിയാണ് വന്നത്. ഇനി ഒരിക്കലും വീട്ടിൽ കേറ്റില്ലാന്ന് പറയുക. അതേ ആൾ തന്നെ പിന്നെ സ്വീകരിക്കുക. നായയ്ക്ക് ഓംലറ്റുണ്ടാക്കി കൊടുക്കുക! എന്തായാലും ഭാഗ്യം ചെയ്ത നായയാണ് ലാലു.

ലാലു മണത്ത് തന്റെ മുൻപറ്റുകാരുടെ അടുത്തേക്ക് പോകുന്നത് ഉണ്ണിക്കുട്ടൻ കണ്ടു. കുറേ നാളുകൾക്ക് ശേഷം ചെല്ലുകയല്ലേ, ഇന്ന് ലാലുവിന് നല്ല കോളായിരിക്കും. ഉണ്ണിക്കുട്ടൻ കരുതി.

പെട്ടെന്ന് 'ലാലു പോകുന്നു' എന്നത് ഇംഗ്ലീഷിലാക്കാൻ ഉണ്ണിക്കുട്ടന് തോന്നി.

'Lalu go.'

അല്ല ഉണ്ണിക്കുട്ടൻ തിരുത്തി:

'Lalu goes'

അവനത് സ്വയം പറഞ്ഞപ്പോൾ അഭിമാനം തോന്നി. ഊഷ്മളമായ ഊർജ്ജം അവനിൽ വന്നു നിറഞ്ഞു. അവൻ അത് വെച്ച് പഠിച്ച ടെൻസിലുള്ള ചില ഇംഗ്ലീഷ് വാചകങ്ങൾ ഉണ്ടാക്കി നോക്കി.

Lalu went = ലാലു പോയി
Lalu will go = ലാലു പോകും
Lalu is going = ലാലു പോയ്ക്കൊണ്ടിരിക്കുന്നു.
Lalu was going = ലാലു പോയ്ക്കൊണ്ടിരിക്കുകയായിരുന്നു.
Lalu will be giong = ലാലു പോയ്ക്കൊണ്ടിരിക്കും
Where is Lalu giong?= ലാലു എവിടേക്കാണ് പോകുന്നത്?
Lalu do not go = ലാലു പോകുന്നില്ല
Lalu did not go = ലാലു പോയില്ല
Does he go? = അവൻ പോകുമോ?

'ഹഹ... ശരിയായിരിക്കുന്നു. ശരിയായിരിക്കുന്നു.' ഉണ്ണിക്കുട്ടൻ ജേതാവിനെപ്പോലെ ആഹ്ലാദത്തോടെ ചിരിച്ചു.

## ഇരുപത്തി രണ്ട്

**ക്രി**സ്മസ്സ് അവധിക്ക് സ്കൂൾ പൂട്ടി.

ഉണ്ണിക്കുട്ടൻ തന്റെ ആഗ്രഹം തഞ്ചത്തിൽ അമ്മയെ അറിയിച്ചു:

"കൊറച്ചീസം അക്കിക്കാവിൽ പോയി നിക്കാൻ തോന്നീട്ട് വയ്യ."

പക്ഷേ, പ്രതീക്ഷിച്ചപോലൊരു മറുപടിയല്ല അമ്മയിൽ നിന്നുണ്ടായത്:

"അതിനൊന്നും നിക്കണ്ട. അവരത്ര നല്ല കൂട്ടരൊന്നുമല്ല." അമ്മ പ്രതിഷേധിച്ചു.

എന്താണമ്മയീ പറയുന്നത്? അക്കിക്കാവിലുള്ളവർ നല്ല കൂട്ടരല്ലെന്നോ. അങ്ങനെയായിരുന്നില്ലല്ലോ ഇതുവരെ. എന്താണമ്മയ്ക്കിത്ര ദേഷ്യം? ഉണ്ണിക്കുട്ടനൊന്നും മനസ്സിലായില്ല.

"അപ്പോ, കൊല്ലപരീക്ഷ കഴിഞ്ഞ് സ്കൂള് പൂട്ടിയാലും പോകണ്ടാന്നാണോ? "ഉണ്ണിക്കുട്ടന് സംശയമായി.

"അതെ. രണ്ടാലൊന്നറിഞ്ഞിട്ടിനി വിരുന്ന് പാർക്കാൻ പോയാമതി."

"എന്താ കാര്യം അമ്മേ?"

"അതൊന്നും നീയിപ്പോ അറിയേണ്ട. പറഞ്ഞതങ്ങ് കേട്ടാമതി."

ഉണ്ണിക്കുട്ടനാകെ പ്രയാസമായി. കാത്ത് കാത്തിരുന്ന് ഒഴിവുവന്നപ്പോൾ പോകണ്ടാന്ന്. എന്തോ പ്രശ്നമുണ്ട്. അല്ലാതെ അമ്മയിങ്ങനെ പറയില്ല. അച്ഛൻ ജോലികഴിഞ്ഞ് വന്നപ്പോഴും ഉണ്ണിക്കുട്ടൻ വിഷയമവതരിപ്പിച്ചു. അമ്മയേക്കാൾ സ്വാതന്ത്ര്യം അച്ഛനോടാണ്. അച്ഛൻ വഴക്ക് പറയില്ല. തല്ലില്ല. അമ്മ ഇത് രണ്ടും ചെയ്യും. വിനുമോനുമായൊരിക്കൽ തല്ല് കൂടിയതിന് അമ്മ നനഞ്ഞ തോർത്തുമുണ്ടുകൊണ്ടടിച്ചിട്ടുണ്ട്. അന്ന് വിനുമോന്റെ അച്ഛൻ വീട്ടിലേക്ക് ചോദിക്കാൻവന്നു. അടിക്കാൻ തുടങ്ങിയാൽ അമ്മ കലിതീരും വരെ പടപടാന്നടിക്കും. അതാ പ്രകൃതം.

ഉണ്ണിക്കുട്ടന്റെ ആവശ്യം കേട്ടപ്പോൾ അച്ഛൻ നിസ്സഹായ

തയോടെ അമ്മയെ നോക്കി.

"വേണ്ടാ." അമ്മ ഭീഷണസ്വരത്തിൽ മറുപടി പറഞ്ഞു.

"അത് പാടില്ല ലളിതേ. മുതിർന്നോര് തമ്മിലുള്ള പ്രശ്നത്തിൽ കുട്ടികളെ വലിച്ചിഴയ്ക്കരുത്. അവർക്കെന്തറിയാം. എനിക്ക് പണിത്തിരക്കാണ്. ഇയ്യ് നാളെയോ മറ്റന്നാളോ അവനെയൊന്ന് കൊണ്ടാക്ക്."

"പറ്റില്ല. നിങ്ങടമ്മയ്ക്ക് മാന്തളിന്റെ കണ്ണാ. ഒരു വശം മാത്രമേ..."

അച്ഛൻ അരുതെന്ന് ആംഗ്യം കാട്ടിയപ്പോൾ അമ്മ സംസാരം നിർത്തി അടുക്കളയിലേക്ക് പോയി.

അച്ഛനും അച്ഛമ്മയും തമ്മിൽ എന്തൊക്കെയോ പ്രശ്നങ്ങളുണ്ട് എന്ന് ഉണ്ണിക്കുട്ടന് മനസ്സിലായി. അന്ന് വള്ളിയമ്മ അക്കിക്കാവിൽ പോയി വന്നതിന് ശേഷമാണ് അമ്മയ്ക്കും അച്ഛനുമൊക്കെ ഈ മാറ്റം സംഭവിച്ചത്.

"അക്കിക്കാവിൽ പോണതിന് പകരം അച്ഛൻ ടാക്കീസിൽ കൊണ്ടുപോയി ഉണ്ണിക്കുട്ടനൊരു സിനിമ കാണിച്ചു തരാം. മോഹൻലാലിന്റെ പുതിയ പടംവന്നിട്ടുണ്ട്. നല്ല രസമുള്ള സിനിമയാ." അച്ഛനവനെ ആശ്വസിപ്പിച്ചു.

"എനിക്ക് കാണണ്ട." ഉണ്ണിക്കുട്ടൻ പിണങ്ങി മുറിയിലേക്ക് പോയി. അമ്മ അപ്പോൾ ഉമ്മറത്തേക്ക് ചെന്നു. അവിടെവെച്ച് അച്ഛനുമമ്മയും തമ്മിൽ ചില മുഷിഞ്ഞ വർത്തമാനമുണ്ടായി. ഉണ്ണിക്കുട്ടനൂഹിച്ചു. സ്വത്ത് സംബന്ധമായെന്തോ പ്രശ്നമാണ്. എന്തുതന്നെയായാലും തനിക്കക്കിക്കാവിൽ പോയേ പറ്റൂ. ഒരു ദിവസമെങ്കിലും താമസിക്കണം. അച്ഛനുമമ്മയും സമ്മതിച്ചില്ലെങ്കിൽ ഒളിച്ചെങ്കിലും പോകും. നാളെകൂടി കാക്കാം. അപ്പോഴേക്കും അമ്മയുടെ മനസ്സ് മാറും. ഉണ്ണിക്കുട്ടൻ പ്രത്യാശിച്ചു.

പക്ഷേ, രണ്ടുദിവസം കഴിഞ്ഞിട്ടും അമ്മ വഴങ്ങിയില്ല.

"പോകണ്ടാന്ന് പറഞ്ഞാ പോകണ്ട. അതുതന്നെ. മുതിർന്നോരെ അനുസരിക്കാൻ പഠിക്കാ ആദ്യം."

അമ്മയുടെ മനസ്സലിയില്ലെന്ന് ഉണ്ണിക്കുട്ടന് ബോദ്ധ്യമായി. അമ്മ കനിഞ്ഞില്ലെങ്കിൽ അച്ഛനും സമ്മതിക്കില്ല. അതാണ് പതി

വ്. അവസാനം ഉണ്ണിക്കുട്ടൻ തീരുമാനമെടുത്തു. ആരുടേയും സമ്മതം നോക്കണ്ട. ഒളിച്ചുപോകുക തന്നെ. പോകാനുള്ള വഴി ഉണ്ണിക്കുട്ടനറിയാം. വണ്ടിക്കൂലിക്കുള്ള പണം? അതാണിപ്പോ ഴത്തെ തടസ്സം. സാരമില്ല, മേലേ പറമ്പിൽ നിന്നും പെറുക്കികൂ ട്ടിയ കശുവണ്ടിയുണ്ട്. നാലഞ്ചുകിലോ കാണും. അത് വിറ്റാ കാശായി. ടൗണിൽ പോയി വില്ക്കുന്നതിന് അലിക്കുട്ടിയെ ഏല്പിക്കാം. അവന് കമീഷൻ കൊടുത്താമതി. ഇതിന് മുമ്പും അങ്ങനെ ചില്ലറ ഇടപാടൊക്കെ ഉണ്ണിക്കുട്ടൻ നടത്തിയിട്ടുണ്ട്. ഹൈസ്കൂളിൽ പോയതിൽ പിന്നെ അലിക്കുട്ടിക്ക് ടൗൺ നല്ല പരിചയമാണ്.

വൈകുന്നേരം പന്തുകളി ഗ്രൗണ്ടിൽ വെച്ച് ഉണ്ണിക്കുട്ടൻ സംഗതി അലിക്കുട്ടിയോട് പറഞ്ഞു. വീട്ടുകാരറിയാത്ത പണി യായതുകൊണ്ട് റിസ്കാണ്, കമീഷൻ കൂടും എന്നായി അലി ക്കുട്ടി. അവൻ അവസരം മുതലാക്കുകയാണ്. ഉണ്ണിക്കുട്ടൻ സമ്മ തിച്ചു. അവൻ സന്ധ്യമയങ്ങിയപ്പോൾ ആരുമറിയാതെ കശുവണ്ടി കവറിലാക്കി അലിക്കുട്ടിക്ക് എത്തിച്ചുകൊടുത്തു. അലിക്കുട്ടി അത് കളിക്കളത്തിനപ്പുറമുള്ള കന്നുകാലികളുടെ പേറ്റിൻ ചവ റുകൾ തൂക്കിയിടാറുള്ള പാലമരത്തിനടുത്ത് സൂക്ഷിച്ചുവെച്ചു. അവിടേക്കാരും അടുക്കില്ല. നാളെ രാവിലെ അതെടുത്ത് പത്തു മണിയുടെ ബസിന് ടൗണിൽ പോകാം.

“സംഭവം വീട്ടിലറിയരുത്.” ഉണ്ണിക്കുട്ടൻ ഓർമ്മിപ്പിച്ചു.

“മുത്തുനബിയാണ് സത്യം. എന്നെ കൊന്നാലും ഞാ പറ യൂല.” അലിക്കുട്ടി ആണയിട്ടു.

“നാളെ ഉച്ചയ്ക്ക് കളിക്കളത്തിൽ വെച്ച് കാണാം.” അവർ പിരിഞ്ഞു.

രാത്രി ഉണ്ണിക്കുട്ടൻ കണക്കുകൾ കൂട്ടി. വേനൽക്കാലമായ തിൽ നില കടക്കാം. അയ്യപ്പൻകാവ് ക്ഷേത്രത്തിലെ കടവ് കടന്ന് നേരെ പോകുക. മണ്ണിയംപെരുമ്പലത്തെത്തും. അവിടെനിന്ന് ബസ് കയറി നീലിയാട് സ്റ്റോപ്പിലിറങ്ങുക. നീലിയാട് ചെറിയൊ രങ്ങാടിയാണ്. വെയ്റ്റിങ്ഷെഡിനരുകിൽ ഗവൺമെന്റ് നമ്പർ

പതിച്ച, നിറയെ കായകളുള്ള ഒരു പെരുംചീനിമരമുണ്ട്. അതാണ് അടയാളം. അവിടെയിറങ്ങി തോട്ടുവരമ്പത്തൂകൂടി വടക്കോട്ട് നടക്കുക. കുറേ പോയാൽ മരംകൊണ്ട് തോട്ടിന് വിലങ്ങിട്ട ഒരിടം കാണും. അതിലൂടെ തോട് മുറിച്ച് കടക്കണം. പിന്നെ പാടവരമ്പത്തുകൂടെ നടക്കുക. ദൂരെ എപ്പോഴും പുക വമിക്കുന്ന ഒരോട്ടുകമ്പനി കാണാം. അത്രയ്ക്കങ്ങ് പേകേണ്ട. കുളത്തിനരുകിലൂടെ ഒരിടവഴി പോകുന്നുണ്ട്. ആ ഇടവഴിയിലൂടെ നേരെ പോയാൽ അക്കിക്കാവായി. ശുഭം.

നാളെ ഉച്ചയ്ക്ക് പണം കിട്ടും. വെയിലാറിയാൽ പോകാം.

ഓർത്തപ്പോൾ അതുവരെ അപരിചിതമായ ഒരനുഭൂതി ഉണ്ണിക്കുട്ടനെ ഗ്രസിച്ചു. അവന് യാത്രപോകാൻ തിടുക്കമായി.

## ഇരുപത്തി മൂന്ന്

**മൂ**ൻകൂട്ടി പറഞ്ഞതുപോലെ അലിക്കുട്ടി പിറ്റേന്ന് ഉച്ചയ്ക്ക് അണ്ടിവിറ്റ പണവുമായ് കളിക്കളത്തിലേക്ക് വന്നു. ഉണ്ണിക്കുട്ടൻ കുറേ നേരമായ് കാത്തിരിക്കുകയായിരുന്നു.

"എത്ര കിട്ടി?" അലിക്കുട്ടിയെ കണ്ടപാടെ ഉണ്ണിക്കുട്ടൻ ചോദിച്ചു.

അലിക്കുട്ടി ഒന്നും പറയാതെ പോക്കറ്റിൽ നിന്ന് കുറച്ചു നോട്ടെടുത്ത് ഉണ്ണിക്കുട്ടന് നീട്ടി. ഉണ്ണിക്കുട്ടനതു വാങ്ങി എണ്ണി. രണ്ടഞ്ചും, ഒരു പത്തുരൂപാനോട്ടുമായിരുന്നു അത്.

"ഇത്രേയുള്ളൂ."

"എന്റെ കമീഷൻ ഞാനെടുത്തു."

"അതെത്ര."

"നാല്പതുരൂപാ കിട്ടി. അതുതന്നെ ഞാൻ പെശകി വാങ്ങിയതാണ്."

"പകുതി കമീഷനോ!" ഉണ്ണിക്കുട്ടന് ദേഷ്യം വന്നു.

"റിസ്ക് കൂടുംന്ന് ഞാൻ പറഞ്ഞില്ലേ."

"അഞ്ചുരൂപ കൂടി താ. ഞാനൊരു വഴിക്ക് പോകല്ലേ."

"ഉപ്പ വിളിക്കുന്നു. എനിക്ക് പോത്തിനെ കുളിപ്പിക്കാനുണ്ട്." അതും പറഞ്ഞ് അലിക്കുട്ടി മെല്ലെ തടി തപ്പി.

ഉണ്ണിക്കുട്ടന് വേറെ നിവർത്തിയില്ലായിരുന്നു. അവൻ വീട്ടിലേക്ക് ചെന്നു. അമ്മ തറവാട്ടിലേക്ക് കൂട്ടം കൂടാൻ പോയിരിക്കുകയാണ്. ഉണ്ണിക്കുട്ടനൊരു പേഴ്സുണ്ട്. അച്ഛൻ ഉപയോഗിച്ചൊഴിവാക്കിയതാണ്. പേഴ്സിൽ പണമിട്ടുനടക്കുക, മറ്റുള്ളവർ കാൺകെ ആവശ്യത്തിനതിൽ നിന്നെടുത്ത് ചെലവഴിക്കുക എന്നതൊക്കെ ഉണ്ണിക്കുട്ടനിഷ്ടമുള്ള കാര്യമാണ്. ഉണ്ണിക്കുട്ടൻ പണമെല്ലാം പേഴ്സിന്റെ വിവിധ അറകളിലായ് സൂക്ഷിച്ചു. ഏതാനും ചില്ലറ തുട്ടുകൾ മുമ്പേ അതിലുണ്ടായിരുന്നു. യാത്രയ്ക്ക് ഈ രൂപ ധാരാളമാണ്. വേണമെങ്കിൽ വഴിക്ക് ചായയും പഴംപൊരിയും കഴിക്കാം.

അമ്മ വരുന്നതിന് മുമ്പേ പോകണം. ഉണ്ണിക്കുട്ടൻ പുതിയ ഷർട്ടും മുണ്ടും ധരിച്ചു. അടിയിൽ ട്രൗസറിട്ടു. പേഴ്സ് വെക്കാൻ അതാ നല്ലത്. ഷർട്ടിന്റെ പോക്കറ്റിലിടുന്നത് ഉചിതമല്ല. സൂക്ഷിക്കണം, ബസിൽ പോക്കറ്റടിക്കാരാരെങ്കിലും ഉണ്ടായാലോ.

അവൻ തറവാട്ടിലേക്കെത്തിനോക്കി. അമ്മ വർത്തമാനത്തിൽ മുഴുകിയിരിക്കുകയാണ്. ഉണ്ണിക്കുട്ടൻ മേലേപ്പറമ്പിലെ കുറുക്കുവഴിയിലൂടെ പുഴയിലേക്കു നടന്നു. അപ്പോഴാണ് രസം. ഇടയ്ക്ക് വെച്ച് ലാലുനായ ഉണ്ണിക്കുട്ടനെ കണ്ടു. അവൻ ഉണ്ണിക്കുട്ടന്റെ പിന്നാലെ കൂടി. പുഴയിലെത്തിയപ്പോൾ ലാലുവിനെ പറഞ്ഞയയ്ക്കാൻ ഉണ്ണിക്കുട്ടൻ ശ്രമിച്ചു. ലാലു വഴങ്ങുന്നില്ല. ഓടിക്കാൻ നോക്കുന്തോറും ലാലുവിന് വാശി കൂടുകയാണ്. ഉണ്ണിക്കുട്ടൻ മണലുവാരി എറിഞ്ഞുനോക്കി. ഒരു രക്ഷയുമില്ല. ഒരു നിശ്ചിത അകലത്തിൽ ലാലു പിന്തുടരുകയാണ്. പ്രധാന കടവിൽ പരിചയമുള്ള ആളുകൾ കാണും, അതുകൊണ്ട് ആരുമില്ലാത്ത ഒരു ഭാഗത്തുകൂടിയാണ് ഉണ്ണിക്കുട്ടൻ പുഴ കടന്നത്. അക്കരെ അയ്യപ്പൻകാവിനരുകിലെത്തിയപ്പോൾ സ്ഥലം മാറിക്കഴിഞ്ഞെന്ന് ലാലുവിനും മനസ്സിലായി. അവൻ ഉണ്ണിക്കുട്ടനെ തൊട്ടുരുമ്മി നടക്കാൻ തുടങ്ങി. പിന്നെ ലാലുവിനെ ഉപദ്രവിക്കാൻ ഉണ്ണിക്കുട്ടന് തോന്നിയില്ല. അങ്ങനെ ചെയ്യുന്നത് ശരിയല്ല. അവൻ തന്നോടുള്ള സ്നേഹംകൊണ്ട് കൂടെ വരുകയാണ്. താൻ ബസ് കയറിയാൽ അവൻ പൊയ്ക്കോളും. അങ്ങനെ അവർ ഒരുമിച്ചായി

യാത്ര. ലാലുവിന്റെ കൂട്ട് ഉണ്ണിക്കുട്ടനും ധൈര്യമേകി. ഇനി ഒരുപക്ഷേ, ലാലു നടന്ന് അക്കിക്കാവിലേക്ക് വരുമോ എന്നായി ഉണ്ണിക്കുട്ടന്റെ ശങ്ക. കാരണം ലാലുവിന് വഴി പരിചയമുണ്ട്. വള്ളിയമ്മ ആ നാട്ടിലേക്ക് നടന്നാണ് പോകാറ്. പോകുമ്പോൾ മിക്കവാറും ലാലുവിനേയും കൊണ്ടുപോകാറുണ്ട്. ജീപ്പിൽ കേറിയും ലാലു യാത്ര ചെയ്തിട്ടുണ്ട്. അസാമാന്യ ബുദ്ധിസാമർത്ഥ്യമുള്ള നായയാണ് ലാലു. ഇനി മടങ്ങിചെന്നാൽ അവൻ എങ്ങനെയെങ്കിലും തന്റെ യാത്ര അമ്മയെ അറിയിക്കുമോ!

"നീയിനി പൊയ്ക്കോ ലാലു. പോ." ഉണ്ണിക്കുട്ടൻ സ്നേഹപൂർവ്വം ലാലുവിനെ പിന്തിരിപ്പിക്കാൻ നോക്കി. ലാലു കൂട്ടാക്കിയില്ല. ശരി വരുന്നിടത്തുവെച്ചുകാണാം. അവരൊരുമിച്ച് മുന്നോട്ടു തന്നെ നീങ്ങി.

അവർ മണ്ണിയംപെരുമ്പലത്തെത്തി. ബസ്സ്റ്റോപ്പിനടുത്ത് ഒരു തട്ടുകടയുണ്ട്. എണ്ണപലഹാരങ്ങൾ നിറച്ച അലമാരി കാണാം. ചായ കഴിച്ചാകാം ഇനി യാത്ര. ബസ് എപ്പോഴാണോ ആവോ? ഉണ്ണിക്കുട്ടൻ തട്ടുകടയിലേക്കു ചെന്നു. ലാലു പുറത്ത് ചുറ്റിപ്പറ്റി നിന്നു. ഉണ്ണിക്കുട്ടൻ ചായയും കടിയും പറഞ്ഞു. കടയിൽ വേറെ ആരുമില്ല. ലാലുവിനു പറ്റിയത് എന്താണിവിടെയുള്ളത്? നോക്കുമ്പോൾ മുട്ട പുഴുങ്ങിയതുണ്ട്. ഒരു മുട്ട വാങ്ങി തോടുപൊട്ടിച്ച് ലാലുവിനിട്ടുകൊടുത്തു. കടക്കാരൻ രസത്തോടെ ആ കാഴ്ച നോക്കി നിന്നു. ലാലു മുട്ട തിന്ന് കടക്കാരന് ശല്യമാകാതെ ഒതുങ്ങിനിന്നു. ഉണ്ണിക്കുട്ടൻ ചായ കഴിച്ച് ബസ്റ്റോപ്പിനു കുറച്ചിപ്പുറത്തായി നിന്നു. ബസ്സ്റ്റോപ്പിൽ ഏതാനും ആളുകളുണ്ട്. ആ കൂട്ടത്തിലേക്ക് പോകാൻ സഹജമായ ലജ്ജയും, ഒളിച്ചുപോകുന്ന യാത്ര എന്ന ബോധവും അവനെ വിലക്കി. ബസ് വരുമ്പോൾ ഓടിക്കേറാം. അപ്പോഴാരും ശ്രദ്ധിക്കുകയില്ല.

ആ കാത്തിരുപ്പ് ഒന്നര മണിക്കൂർ നീണ്ടു. അപ്പോഴൊരു ബസ് വന്നുനിന്നു. ഉണ്ണിക്കുട്ടൻ ബസ്സ്റ്റോപ്പിലേക്കോടി. പിന്നാലെ ലാലുവും. നല്ല തിരക്കുള്ള ബസായിരുന്നു അത്. എല്ലാവരും കേറി അവസാനമാണ് ഉണ്ണിക്കുട്ടൻ നൂഴ്ന്ന് കേറിയത്. ലാലു എന്തുചെയ്യണമെന്നറിയാതെ കുഴങ്ങി. പിന്നെ അവൻ

കുരയ്ക്കാൻ തുടങ്ങി. ലാലു തന്റെ ആരുമല്ല എന്ന ഭാവത്തിൽ ഉണ്ണിക്കുട്ടൻ നിന്നു. ബസ് നീങ്ങി തുടങ്ങി. ലാലുവും ഒപ്പം പാഞ്ഞു. യാത്രക്കാർ ചിലർ പിന്നോട്ടു തിരിഞ്ഞ് കൗതുകകരമായാ പ്രവർത്തി ആസ്വദിച്ചു.

ബസ് വേഗതയിലായിക്കഴിഞ്ഞു. കമ്പിയിൽ തൂങ്ങിനിന്നിരുന്ന ഉണ്ണിക്കുട്ടൻ പിൻഗ്ലാസിലൂടെ പുറത്തേക്ക് നോക്കി. ബസിന്റെ ഒപ്പം ഓടിയെത്താനാവാതെ ലാലു അകന്നുകൊണ്ടിരിക്കുന്നു. ആ കാഴ്ച മങ്ങിമങ്ങി പോകുന്നു.

ഒരു മൃഗത്തിന്റെ നന്ദിയും ആർദ്രതയും........!. ഉണ്ണിക്കുട്ടന്റെ ഉള്ളം നൊന്തു.

## ഇരുപത്തി നാല്

**ഞെ**രുങ്ങി നില്ക്കുകയാണെങ്കിലും ഉണ്ണിക്കുട്ടൻ പുറംകാഴ്ചകളിലേക്ക് നോക്കി. വലിയൊരു പള്ളി കഴിഞ്ഞ് ഒരങ്ങാടിയിലെത്തി ബസ് നിന്നു. കുറേ ആളുകൾ അവിടെയിറങ്ങി. ഉണ്ണിക്കുട്ടൻ ചാരിനിന്നിരുന്ന സീറ്റിലെ ഒരു യാത്രക്കാരനും അവിടെയിറങ്ങി. വേണമെങ്കിൽ ഇരിക്കാം. വലിയവർ നില്ക്കുമ്പോൾ താൻ ഇരിക്കുക! ഒരു നിമിഷത്തെ അവന്റെ സംശയം സീറ്റ് നഷ്ടപ്പെടുത്തി. മുന്നിലൂടെ നൂഴ്ന്ന് മറ്റൊരാൾ ആ സീറ്റിലിരുന്നു.

കണ്ടക്ടർ അങ്ങേ ഭാഗത്തുനിന്നിങ്ങെത്തുന്നതേയുള്ളൂ. ബസ് കേറും മുമ്പേ ടിക്കറ്റിന് കൊടുക്കുവാനെളുപ്പത്തിന് അഞ്ചു രൂപ പേഴ്സിൽ നിന്നെടുത്ത് ഉണ്ണിക്കുട്ടൻ പോക്കറ്റിലിട്ടിട്ടുണ്ട്. തിരക്കിനിടയിൽ അവൻ പോക്കറ്റിലെ പൈസയിലേക്കും ഇടയ്ക്കൊക്കെ ശ്രദ്ധിക്കുന്നുണ്ട്.

ഉണ്ണിക്കുട്ടൻ പുറം കാഴ്ചകളിലേക്ക് തന്നെ വന്നു. ഇപ്പോഴും റോഡിന് സമാന്തരമായി പുഴ കാണുന്നുണ്ട്. അവന് സംശയമായി. എത്രയോ തവണ അച്ഛനൊപ്പം അക്കിക്കാവിലേക്ക് പോയിരിക്കുന്നു. അപ്പോഴൊക്കെ പുഴ കണ്ടിരുന്നോ? ഉണ്ടായിരിക്കും. താനോർമ്മിക്കാത്തതാകും.

ബസ് മൂന്നോ നാലോ സ്റ്റോപ്പുകൾ പിന്നിട്ടു. അടുത്ത

സ്റ്റോപ്പിലിറങ്ങാൻ മുമ്പ് ചാടിക്കയറി ഇരുന്ന ആൾ എണീറ്റു. അയാൾ വാക്കുകൾ കൊണ്ടല്ലാതെ 'ഈ സീറ്റിലിരുന്നോ ചെക്കാ' എന്ന് ഉണ്ണിക്കുട്ടനോടു പറഞ്ഞു. അവൻ സീറ്റിലിരുന്നു. ബസിലേക്കിരച്ചുവരുന്ന ഇമ്പമില്ലാത്ത കാറ്റ് അവന്റെ കോലൻമുടികളെ വിറപ്പിച്ചുകൊണ്ടിരുന്നു. ഉണ്ണിക്കുട്ടൻ ഇടയ്ക്കിടെ വരണ്ട ചുണ്ടുകൾ നനച്ചു. ഇപ്പോൾ പുറത്തെ ദൃശ്യങ്ങൾ കൂടുതൽ വ്യക്തമാണ്. എവിടെ ഗെയ്റ്റിനിരുവശവും സിംഹത്തലകൾ സ്ഥാപിച്ച, കൂറ്റൻ തൂണുകളുള്ള ആ വാർപ്പുവീട്? പണ്ട് ഒടിയനെ പിടിച്ച് സത്യം ചെയ്തുവിട്ടു എന്ന പേരുള്ള റോഡരുകിലുള്ള കുന്നത്തൂർ ക്ഷേത്രം എവിടെ? ഇത്ര പെട്ടെന്ന് അതെല്ലാം കഴിഞ്ഞു പോയോ!

കണ്ടക്ടർ അവനരുകിലെത്തി കൈനീട്ടി.

ഉണ്ണിക്കുട്ടൻ പണം കൊടുത്തുപറഞ്ഞു:

"ഒരു നീല്യാട്."

"എന്ത്?"

"നീല്യാട്, നീല്യാട്."

"മോനേ ഇത് പട്ടാമ്പിയിലേക്ക് പോണ ബസാ. നീല്യാട് ഈ റൂട്ടിലല്ല."

ഉണ്ണിക്കുട്ടന് വെപ്രാളമായി:

"ഇത് നീലിയാട്ടിൽ പോവില്ലാ."

"ഇല്ല. മോൻ പടിഞ്ഞാട്ട് പോകുന്ന ബസിന് പകരം കിഴക്കോട്ടുള്ള ബസിലാണ് കേറിയത്. മോനെവിടന്നാ വരണത്?"

"പുഴയ്ക്കക്കരെനിന്നാ.... ഞാൻ നീല്യാട്ടിലുള്ള എന്റെ അച്ഛൻ വീട്ടിലേക്ക് പോവ്വാണ്." പരിഭ്രമം ഉണ്ണിക്കുട്ടന്റെ വാക്കുകളിൽ നിഴലിച്ചിരുന്നു. തൊട്ടടുത്തുള്ള യാത്രക്കാരെല്ലാം അവനെ തന്നെ ശ്രദ്ധിക്കാൻ തുടങ്ങി.

കണ്ടക്ടർക്ക് അവനോട് അലിവു തോന്നി:

"ഒരുകാര്യം ചെയ്യ്. മോനിനി തൃത്താല ജങ്ഷനിൽ ഇറങ്ങിക്കോ. എന്നിട്ട് എടപ്പാളിലേക്കുള്ള ബസ് കയറുക. അപ്പോൾ നീല്യാട്ടിലിറങ്ങാം. കുറച്ച് ദൂരമുണ്ട്."

തൃത്താല! ഇതുവരെ ഉണ്ണിക്കുട്ടനങ്ങനെയൊരു സ്ഥലം കേട്ടിട്ടേയില്ലായിരുന്നു.

ഉണ്ണിക്കുട്ടൻ :"തൃത്താല എനിക്കറിയില്ല. ഞാനിതുവരെ അങ്ങോട്ടുപോയിട്ടില്ല. "

"പേടിക്കേണ്ട. തൃത്താലയെത്തുമ്പോൾ ഞാൻ പറയാം." നല്ലവനായ കണ്ടക്ടർ വാങ്ങിയ പണം ഉണ്ണിക്കുട്ടനു തന്നെ തിരിച്ചു കൊടുത്തു.

കണ്ടക്ടർ അയാളുടെ ജോലിയിലേക്ക് മുഴുകി.

ഉണ്ണിക്കുട്ടൻ സ്വയം പ്രാകി: ഏത് നശിച്ച നേരത്താണ് താൻ യാത്ര പുറപ്പെട്ടത്. ധൃതിയിൽ നേരെ എതിർ ദിശയിലേക്കുള്ള ബസിലാണ് കയറിയത്. അച്ഛനേയും അമ്മയേയും അനുസരിക്കാത്തതിന്റെ ഗുരുത്വക്കേടാണോ ഈയനുഭവിക്കുന്നത്. അമ്മ, ഇപ്പോഴും താൻ ക്രിക്കറ്റ് കളിക്കുകയാണ് എന്ന് വിചാരിച്ചിരിക്കുകയാവും. ലാലുനായ വീട്ടിൽ തിരിച്ചെത്തി കാണുമോ? ലാലുവിനും അലിക്കുട്ടിക്കും മാത്രമാണ് യാഥാർത്ഥ്യം അറിയുക.

"കുട്ടി ഒറ്റയ്ക്ക് നീല്യാട്ടിൽ പോയിട്ടുണ്ടോ?" തൊട്ടരുകിലിരിക്കുന്ന മദ്ധ്യവയസ്കൻ ഉണ്ണിക്കുട്ടനോട് ആരാഞ്ഞു.

"ഇല്ല. ആദ്യായിട്ടാണ്."

"വീട്ടിൽ പറയാതെയാണോ പോന്നത്?"

നുണ പറയുമ്പോൾ ഉണ്ണിക്കുട്ടന് കുറ്റബോധം തോന്നി:

"ഉം. പറഞ്ഞിട്ടുണ്ട്."

"മാമനെങ്ങോട്ടാണ്?" അവൻ തിരിച്ചു ചോദിച്ചു.

"ഞാൻ പട്ടാമ്പിയിലേക്കാണ്."

"തൃത്താല എത്തുമ്പോൾ പറയ്യോ?"

"പറയാം. കുട്ടിയുടെ കൈയിൽ പൈസയുണ്ടോ?"

"ഉണ്ട്."

"തൃത്താലയിൽനിന്ന് നീല്യാട്ടിലേക്ക് പത്തുപന്ത്രണ്ട് കിലോമീറ്റർ ഉണ്ട്. അതുകൊണ്ട് ചോദിച്ചതാ."

അരമണിക്കൂറോളം പിന്നെയും കഴിഞ്ഞു. തൃത്താലയ്ക്ക് തൊട്ടിപ്പുറത്തുള്ള സ്റ്റോപ്പെത്തിയപ്പോൾ സഹയാത്രികൻ ഉണ്ണിക്കുട്ടനോട് പറഞ്ഞു."

“അടുത്ത സ്റ്റോപ്പാണ്. ഇറങ്ങാൻ തയ്യാറായിക്കോ.”

ഉണ്ണിക്കുട്ടൻ എണീറ്റ് ഡോറരുകിൽ പോയിനിന്നു. തൃത്താല എത്തിയപ്പോൾ കണ്ടക്ടർ അവനരുകിലേക്ക് വന്നു:

“ഇവിടെ ഇറങ്ങിക്കോ. ജങ്ഷനാണ്. മൂന്നുവഴിക്കും ബസുകൾ വരും. പട്ടാമ്പി, കൂറ്റനാട്, എടപ്പാൾ. ഈ റോഡിൽ നിന്ന് എടപ്പാളിലേക്കുള്ള ബസീ കേറിയാ മതി.”

ഉണ്ണിക്കുട്ടൻ തലകുലുക്കി.

അവൻ ബസിറങ്ങി.

തൃത്താല സാമാന്യം തിരക്കുള്ള അങ്ങാടിയാണ്. ധാരാളം വാഹനങ്ങൾ പോകുന്നു. വലിയ കടകൾ. തൊട്ടടുത്ത് ഒരു റേഷൻ കടയുണ്ട്. അതിന്റെ ബോർഡിൽനിന്ന് ഉണ്ണിക്കുട്ടൻ ഭീതിയോടെ മനസ്സിലാക്കി. ജില്ല മാറിയിരിക്കുന്നു. പാലക്കാട് ജില്ല.

ഉണ്ണിക്കുട്ടൻ പകപ്പോടെ അങ്ങാടിയിൽ നിന്നു.

അപ്പോൾ ഇരുട്ട് വീണ് തുടങ്ങിയിരുന്നു.

## ഇരുപത്തി അഞ്ച്

**രാ**ത്രി ഒറ്റയ്ക്ക് ദൂരെ അപരിചിതമായ ഒരു നഗരത്തിൽ .......!

ഇത് സങ്കല്പമോ സ്വപ്നമോ അല്ല. പരമാർത്ഥം. ഓർത്തപ്പോൾ ഉണ്ണിക്കുട്ടനെ ഭയം ബാധിച്ചു തുടങ്ങി. എടപ്പാളിലേക്കുള്ള ബസ് എപ്പോഴാണ്? ഏതു ഭാഗത്താണത് നിർത്തുക? തലങ്ങും വിലങ്ങും ആളുകൾ സഞ്ചരിക്കുന്നുണ്ട്. കടകളിൽ നിറയെ ആളുകളുണ്ട്. ആരോടാണ് ചോദിക്കുക? ആരെയാണ് വിശ്വസിക്കുക! താനൊറ്റയ്ക്കാണ് എന്നറിഞ്ഞാൽ ഉപദ്രവിക്കാനോ മറ്റോ ശ്രമിക്കുമോ!

ഒന്നും വേണ്ട. ബസ് വരുന്നതുവരെ ഇവിടെ കാക്കാം. ടൗണിൽ ബസ് നിർത്താതെ പോകില്ലല്ലോ.

രാത്രി പുറത്തിറങ്ങുന്ന ഉപദ്രവകാരികളായ ചില ക്ഷുദ്രജീവികളുണ്ട്. മനുഷ്യരിലും അത്തരം സാധനങ്ങളുണ്ട്. കേട്ടുകേൾവിയായുണ്ണിക്കുട്ടനറിഞ്ഞ പല കുപ്രസിദ്ധരായ മനുഷ്യരും അവന്റെ ആലോചനകളിൽ മിന്നിമറയാൻ തുടങ്ങി. പിടി

കിട്ടാപ്പുള്ളി സുകുമാരക്കുറുപ്പ്, റിപ്പർചന്ദ്രൻ.....! മൃഗങ്ങളുടെ കുളമ്പുപോലുള്ളവ കൈകാലുകളിൽ ഘടിപ്പിച്ച് രാത്രി ഏകാന്തമായിടങ്ങളിൽ ആളുകളെ പേടിപ്പിക്കുന്ന കുളമ്പുമനുഷ്യൻ. പുത്തൻപുരയ്ക്കൽ കുട്ടിയമ്മയുടെ വീട്ടിൽ കള്ളൻ കയറിയത്. കുട്ടിയമ്മ ടോർച്ചടിച്ചപ്പോൾ കള്ളൻ തിരിച്ചും ടോർച്ചടിച്ചത്. കള്ളൻ അവരെ കൊല്ലാനൊരുങ്ങിയത്!

ഈശ്വരാ, ആപത്തൊന്നും വരരുതേ. ഉണ്ണിക്കുട്ടൻ ദുഷ്ചിന്തകളിൽ നിന്ന് കുതറി മനമുരുകി പ്രാർത്ഥിച്ചു. അവനിറങ്ങിയതിൽ പിന്നെ മറ്റു ഭാഗങ്ങളിലേക്ക് ഒന്നിലേറെ ബസുകൾ കടന്നുപോകുകയുണ്ടായി. നിർഭാഗ്യവാനും അരുതാത്തതു ചെയ്തവനുമായ താൻ കാത്തുനില്ക്കുന്നതുകൊണ്ട് മനഃപൂർവ്വം ബസുകൾ വരാത്തതാണോ എന്നുവരെ ഉണ്ണിക്കുട്ടൻ കടന്നു ചിന്തിച്ചു. അവൻ വാച്ചിൽ സമയം നോക്കി. 7.30. സീരിയസ്സായി വാച്ചിൽ സമയം നോക്കാൻ എത്രകാലമായാഗ്രഹിക്കുന്നു. ഇതാ സന്ദർഭം. വാച്ച് ഒരത്യാവശ്യഘടകമായി തോന്നുന്നതിപ്പോഴാണ്. അച്ഛൻ വാങ്ങിതന്ന പുന്നാരവാച്ച്, അച്ഛന്റെ പേഴ്സ്. അങ്ങനെയൊക്കെ ഓർത്തപ്പോൾ ഉണ്ണിക്കുട്ടന് സങ്കടം അടക്കവയ്യാതായി. എന്റെ പൊന്നച്ഛാ.... അരുതായിരുന്നു; അച്ഛനെയുമമ്മയേയും ധിക്കരിച്ച് വരരുതായിരുന്നു. അമ്മ ഇടയ്ക്കിടെ പറയാറുണ്ട്, മൂത്തവരെ ധിക്കരിക്കരുതെന്ന്. കുറഞ്ഞ പക്ഷം സെയ്ദ്സാറിനോടെങ്കിലും ഉപദേശം ചോദിക്കാമായിരുന്നു. അദ്ദേഹം പറഞ്ഞാൽ അച്ഛനുമ്മയും സമ്മതിക്കുമായിരുന്നു. അതൊന്നും തോന്നിയില്ലല്ലോ.

സമയം 8 മണി. അപ്പോൾ എടപ്പാൾ ബോർഡ് വെച്ച ബസ് വരുന്നതു കണ്ടു. ഉണ്ണിക്കുട്ടൻ വേഗം റോഡിന്റെ മറുഭാഗം കടന്നു. അവൻ കൈകാട്ടി. ബസ് കുറച്ചുകൂടി മുൻഭാഗത്ത് പോയാണ് നിന്നത്. അവൻ ഓടി സ്റ്റോപ്പിലേക്ക് ചെന്നു. ധാരാളം ആളുകൾ ഇറങ്ങാനുണ്ടായിരുന്നു. എന്നാലും ഉള്ളിൽ കയറിയപ്പോൾ നല്ല തിരക്കുതന്നെ. മുമ്പത്തെ ബസിലെ പോലെയല്ല, വൃത്തികെട്ട ഒരു മണമായിരുന്നു ഉള്ളിൽ. ഓണത്തിനും വിശേഷദിവസങ്ങളിലും അച്ഛനിൽ നിന്നാ മണം ഉണ്ണിക്കുട്ടൻ അറി

ഞ്ഞിട്ടുണ്ട്. കള്ളിന്റെയും മുതിർന്ന മനുഷ്യരുടെ വിയർപ്പിന്റെയും ഗന്ധം,

ചില ആളുകളെ ഉണ്ണിക്കുട്ടനിഷ്ടമല്ല, പ്രത്യേകിച്ച് താടിവെച്ചവരെ. അത്തരക്കാരോടവനൊരു പേടി തോന്നും. അങ്ങനെയുള്ള ഒരാളായിരുന്നു ബസ്സിലെ കണ്ടക്ടർ. മാത്രമല്ല അയാൾക്ക് ടവ്വൽ കൊണ്ട് തലയിലൊരു കെട്ടുമുണ്ട്; റൗഡികളെപേലെ.

കണ്ടക്ടർക്ക് പണം കൊടുത്ത് സ്ഥലം പറയുമ്പോൾ ഉണ്ണിക്കുട്ടൻ പ്രാർത്ഥിച്ചു. ഇത് നീല്യാട് പോകുന്ന ബസ് തന്നെയായിരിക്കണേ. അതെ. കണ്ടക്ടർ ടിക്കറ്റ് കൊടുത്ത് ബാക്കി പണം നല്കി. ഉണ്ണിക്കുട്ടന് നേരിയൊരാശ്വാസമായി. അവൻ പിന്നിലെ കിളിയുടെ ഭാഗത്തേക്ക് തന്നെ കാത് കൂർപ്പിച്ചു. ഓരോ സ്റ്റോപ്പിലെത്തുമ്പോഴും കിളി സ്ഥലപ്പേര് ഉറക്കെ വിളിച്ചുപറയുന്നുണ്ട്. പുറത്ത് ഇരുട്ടായതിനാൽ അടയാളങ്ങൾ നോക്കി ഇറങ്ങാൻ കഴിഞ്ഞെന്നു വരില്ല. കണ്ടക്ടറോട് നീല്യാടെത്തിയാൽ അറിയിക്കണമെന്നു പറയണമെന്നുണ്ട്. പക്ഷേ, ആളുടെ മട്ടും ഭാവവും കാണുമ്പോൾ നാവ് പൊന്തുന്നില്ല. അയാൾ ചീത്ത പറഞ്ഞാലോ! ഇത്രയും പേടിത്തൊണ്ടനായ താനെങ്ങനെയാണ് നൂറുകണക്കിനാളുകൾക്ക് മുമ്പിൽ പ്രസംഗിച്ചത്? പ്രസംഗിക്കാൻ ഇനിയും പേടിയില്ല. ആ പേടിയും, ഈ പേടിയും രണ്ടും രണ്ടായിരിക്കും.

ബസിൽ കേറിയിട്ട് കുറേസമയം കഴിഞ്ഞു. ഓരോ സ്റ്റോപ്പും ഉണ്ണിക്കുട്ടൻ ശ്രദ്ധിക്കുന്നുണ്ട്. നീല്യാടെത്തിയിട്ടില്ലാ എന്നുറപ്പാണ്. പെട്ടെന്ന് കിളി 'കുമരനല്ലൂർ കുമരനല്ലൂർ' എന്ന് വിളിച്ചു പറയാൻ തുടങ്ങി. കുമരനല്ലൂർ! അത് നീല്യാടിന് അടുത്തുള്ള സ്ഥലമാണ്. ചെറിയച്ഛന്റെ ടൈലർഷോപ്പ് അവിടെയാണ്. അച്ഛമ്മ മുറുക്കും, പപ്പടവടയുമുണ്ടാക്കി വില്ക്കാൻ പോകാറ് കുമരനല്ലൂർക്കാണ്. ഉണ്ണിക്കുട്ടന് ശ്വാസം നേരെ വീണു. അപ്പോൾ സ്ഥലമെത്താറായി. അവൻ കൂടുതൽ ജാഗരൂകനായി. അടുത്ത സ്റ്റോപ്പായിരിക്കും.

അടുത്ത സ്റ്റോപ്പിലെത്തിയപ്പോൾ കിളി വിളിച്ചു പറഞ്ഞു:

"നീല്യാട് മില്ല്, നീല്യാട്..."

ഹാവൂ. ഉണ്ണിക്കുട്ടന് സമാധാനമായി. ബസ് സറ്റോപ്പിൽ നിർത്തിയപ്പോൾ ഉണ്ണിക്കുട്ടനിറങ്ങി. മറ്റൊരാളും ആ സ്റ്റോപ്പിൽ ഇറങ്ങാനുണ്ടായിരുന്നു.

ബസ് പോയി. ഇരുട്ട്. ഒപ്പം ഇറങ്ങിയ ആൾ ധൃതിയിൽ മുമ്പേ നടന്നകന്നു.

നീല്യാട് ചെറിയൊരങ്ങാടിയാണല്ലോ. പക്ഷേ, ഇവിടെ ഒന്നുമില്ല! എവിടെ ചീനിമരം? അച്ഛൻ ബീഫ് ഫ്രൈയും പൊറോട്ടയും വാങ്ങിത്തരാറുള്ള 'സത്താർ' ഹോട്ടലെവിടെ? ഈശ്വരാ വീണ്ടും തനിക്കബദ്ധം പറ്റിയോ! കിളി പറയുന്നത് ശരിക്കും കേട്ടതാണല്ലോ. നീല്യാട് തന്നെ പലതുണ്ടോ? ഉണ്ണിക്കുട്ടന് കരച്ചിൽ വന്നു.

കുറച്ചു കഴിഞ്ഞപ്പോൾ ഇരുട്ടിൽ അവന് കാഴ്ചകൾ തിരിഞ്ഞു. ഇത് താനിറങ്ങേണ്ട സ്റ്റോപ്പല്ല. കുറച്ചപ്പുറം ചെറിയൊരു പീടിക. അവിടെ ആൾപെരുമാറ്റമുണ്ട്. അവരോട് ചോദിക്കാം. മടിയേയും ലജ്ജയേയും സാഹചര്യം ഇല്ലാതാക്കുന്നു. അവനങ്ങോട്ടു നടക്കാനൊരുങ്ങവെ പെട്ടെന്ന് പിന്നിൽ നിന്നൊരു രൂപം ചോദിച്ചു:

"എങ്ങോട്ടാ?"

തീരെ പ്രതീക്ഷിക്കാത്തതുകൊണ്ട് ഉണ്ണിക്കുട്ടന്റെ ഉള്ളിലൊരു കാളലുണ്ടായി. ഇയാൾ ഇത്രനേരം തന്റെ പിന്നിലുണ്ടായിരുന്നോ! അവനയാളെ സൂക്ഷിച്ചുനോക്കി. അപ്പോൾ അയാളും ഉണ്ണിക്കുട്ടനെ സൂക്ഷിച്ചുനോക്കുകയായിരുന്നു.

## ഇരുപത്തി ആറ്

**അ**യാൾ ഉണ്ണിക്കുട്ടന്റെ വളരെ അടുത്തേക്ക് വന്നു. മുടി നീട്ടി വളർത്തിയ ഒരു വൃദ്ധനായിരുന്നു അത്. മുമ്പെന്നോ ചിത്രകഥകളിൽ കണ്ടിട്ടുള്ള പുരാതനമായൊരു കഥാപാത്രം മുന്നിൽവന്ന് നില്ക്കുന്നതുപോലെ ഉണ്ണിക്കുട്ടന് തോന്നി. ആൾ സന്ന്യാസിയാണോ? മുടി നീട്ടി വളർത്തിയിരിക്കുന്നവരെല്ലാവരും സന്ന്യാസിമാരായിരിക്കില്ലല്ലോ.

"ഞാൻ നീല്യാട്ടിലേക്ക് വന്നതാ. പക്ഷേ, ഞാനറിയുന്ന നീല്യാട് ഇതല്ല. " ഉണ്ണിക്കുട്ടൻ അയാളോട് പറഞ്ഞു.

"നീല്യാട്ടിൽ എവിടേക്കാ?" അയാൾ ചോദിച്ചു.

"അക്കിക്കാവിലെ കുഞ്ഞമ്മ പെരച്ചൻ എന്റെ അച്ഛമ്മയാ. അവിടേക്ക് വന്നതാ. ഇതേതാ സ്ഥലം?"

"ഇതും നീല്യാട് തന്നെ. നീല്യാട് മില്ലുംപടി. കൊച്ചിനിറങ്ങേണ്ട സ്ഥലം അടുത്ത സ്റ്റോപ്പായിരുന്നു. ഇവിടെനിന്ന് രണ്ട് കിലോമീറ്റർ പോകാനുണ്ട്. സാരമില്ല. പാടത്തുകൂടി എളുപ്പവഴിയുണ്ട്. പകുതി ദൂരമേ കാണൂ. ഞാനങ്ങോട്ടാണ്. എന്റെ കൂടെ പോന്നാൽ കൊച്ചിനെ ഞാൻ അക്കിക്കാവിലെത്തിക്കാം."

"എന്റെ അച്ഛമ്മയെ അറിയ്യോ?"

"പിന്നെ ഞാനെല്ലാവരേയും അറിയും. വാ."

ഉണ്ണിക്കുട്ടന് സമാധാനമായി. അവൻ അയാളുടെ പിന്നാലെ നടന്നു. അയാളുടെ കൈയിൽ മുനിഞ്ഞ് കത്തുന്ന ഒരു ടോർച്ചുണ്ടായിരുന്നു. അവർ റോഡിൽ നിന്നും പാടത്തേക്കിറങ്ങി. മൂകനായ് കുറേ നേരം നടന്നപ്പോൾ ഉണ്ണിക്കുട്ടൻ ചോദിച്ചു:

"മാമന്റെ പേരെന്താണ്."

"സിദ്ധൻ."

അത് വിചിത്രമായ പേരായി ഉണ്ണിക്കുട്ടന് തോന്നി. അങ്ങനെയൊരു പേരുണ്ടോ? എന്തൊക്കെയോ കഴിവുള്ളയാൾ എന്നല്ലേ അതിനർത്ഥം. എന്തായാലും ഇയാളെ കണ്ടത് ഭാഗ്യം. ഇയാൾ തന്നെ അക്കിക്കാവിലെത്തിക്കും.

പാടത്തുനിന്ന് സിദ്ധൻ ഒരിടവഴിയിലേക്ക് കേറി കുറേ നടന്നു. ആ ഇടവഴി പിന്നെ രണ്ടായി പിരിഞ്ഞു. തൊട്ടാവാടികൾ വാറി ഉണ്ണിക്കുട്ടന്റെ കാല്പാദം നീറി. സിദ്ധൻ ചോദിച്ചു:

"കൊച്ച് തഞ്ചാവൂർക്ക് പോയിട്ടുണ്ടോ?"

"ഇല്ല"

"പഴനി ?"

"ഇല്ല."

"ആ സ്ഥലങ്ങളൊക്കെ കാണണമെന്നാഗ്രഹമില്ലേ?"

"ആഗ്രഹംണ്ട്. പക്ഷേ,..."

അവർ ഒരു പഴയവീടിന്റെ മുന്നിലെത്തിയിരുന്നു. അയൽപക്കമില്ലാത്ത ഏകാന്തമായിടം. സിദ്ധൻ മുളമുള്ളുകൊണ്ടുള്ള ഇല്ലിപ്പടി തുറന്ന് അകത്തുകടന്നു.

"വാ. ഇതെന്റെ സ്ഥലമാണ്. ഇന്നുരാത്രി ഇവിടെ കഴിഞ്ഞ് നാളെ ഞാൻ നിന്നെ അച്ഛമ്മയുടെ അടുത്തെത്തിക്കാം"

ഉണ്ണിക്കുട്ടൻ പകച്ചുനില്ക്കെ അയാൾ ഉണ്ണിക്കുട്ടന്റെ കൈപിടിച്ച് മുന്നോട്ടു നടന്നു. സിദ്ധന്റെ സ്വരവും ശരീരഭാഷയും മാറിക്കഴിഞ്ഞെന്ന് ഉണ്ണിക്കുട്ടന് മനസ്സിലായി. ഇയാൾ തന്നെ അക്കിക്കാവിലെത്തിക്കില്ലേ?

വീടിന്റെ ഉമ്മറത്തേക്ക് കേറാതെ സിദ്ധന്റെ കൈ വിടുവിക്കാൻ ഉണ്ണിക്കുട്ടൻ നോക്കി. അയാളുടെ പിടി കൂടുതൽ മുറുകുന്നത് ഉണ്ണിക്കുട്ടനറിഞ്ഞു.

"വിടൂ, എനിക്കിപ്പോ തന്നെ അക്കിക്കാവിലേക്ക് പോണം." ഉണ്ണിക്കുട്ടൻ കുതറി.

"നോക്ക്" സിദ്ധൻ കൂടുതൽ രൂക്ഷമായവനെ നോക്കി. "പഴനി, തഞ്ചാവൂർ, രാമേശ്വരം, കാശി എല്ലാ പുണ്യസ്ഥലങ്ങളും ഞാൻ നിനക്ക് കാട്ടിത്തരാം. പഠിക്കേണ്ടാ, ജോലി ചെയ്യേണ്ടാ, എന്റൊപ്പം വന്നാമാത്രം മതി. എന്തെല്ലാം രസമുള്ള കാഴ്ചകളാണെന്നോ."

"എനിക്കതൊന്നും കാണണ്ട. സിദ്ധനെന്നെ അക്കിക്കാവിലെത്തിക്കാമെന്ന് പറഞ്ഞല്ലേ കൂട്ടിക്കൊണ്ടുവന്നത്. എന്നെ അക്കിക്കാവിലെത്തിക്ക്. ഇല്ലെങ്കിൽ ഞാനുറക്കെ കരയും."

"കരഞ്ഞിട്ട് കാര്യമില്ല. ഇവിടേക്ക് ആരും വരില്ല. ഞാൻ പറയുന്നത് കേൾക്കാവും ചെക്കാ നെനക്ക് നല്ലത്."

അയാൾ ഉണ്ണിക്കുട്ടനെ വലിച്ചിഴച്ച് ഒരു കൈകൊണ്ട് വാതിലിന്റെ ഓടാമ്പൽ നീക്കാൻ തുടങ്ങി. ഉണ്ണിക്കുട്ടന് ഉദ്ദേശം മനസ്സിലായി. അയാൾ തന്നെ അകത്തിട്ടുപൂട്ടും. പിന്നെ....! സിനിമയിലും കഥകളിലുമൊക്കെ കണ്ടിട്ടുണ്ട്. കുട്ടികളെ തട്ടിക്കൊണ്ടുപോയി കണ്ണ് കുത്തിപ്പൊട്ടിച്ചും പൊള്ളലേല്പിച്ചും ചിലർ....! ഇയാൾ അത്തരക്കാരിലൊരാളായിരിക്കും. രക്ഷപ്പെടണം. വൈകിക്കൂടാ.

അടുത്ത ക്ഷണം ഉണ്ണിക്കുട്ടൻ സിദ്ധന്റെ കൈത്തലം വായിലാക്കി. എല്ലാ അമർഷവും കരുത്തും മുതലാക്കി അവനാഞ്ഞു കടിച്ചു. ചോരയുടെ ഇരുമ്പുചുവ ഉണ്ണിക്കുട്ടന്റെ ഉമിനീരിൽ

കലർന്നു. രാത്രിയുടെ നിശ്ശബ്ദതയിൽ സിദ്ധന്റെ നിലവിളി അസാധാരണമായി മുഴങ്ങി. ഉണ്ണിക്കുട്ടൻ പിടിവിടുവിച്ച് പിന്നോട്ട് ഓടി. ഇല്ലിപ്പടി ചാടിക്കടന്ന് ഇരുട്ടിലൂടെ നിഗമനം വെച്ച് പാഞ്ഞു. ഇടവഴി പിരിയുന്നതുവരെ സിദ്ധൻ പിന്തുടരുന്നത് അവനറിയാമായിരുന്നു. ഇടവഴിയിൽനിന്ന് പാടത്തേക്കിറങ്ങിയപ്പോൾ സ്വാതന്ത്ര്യമായി. മുമ്പും പിമ്പും നോക്കാതെ എല്ലാ കരുത്തും ആവാഹിച്ച് അവനോടി. ഓട്ടത്തിൽ സിദ്ധന് തന്നെ തോല്പിക്കാനാവില്ലെന്ന് അവനുറപ്പുണ്ടായിരുന്നു. പാടത്ത്, വന്നതിൽ നിന്ന് എതിർഭാഗത്തേക്കാണ് അവനോടിയത്. വന്നഭാഗത്തേക്കു തന്നെ ഓടുന്നത് അപകടമാണെന്ന് നൊടിയിടയിൽ ഉണ്ണിക്കുട്ടന് തോന്നി. ഒരുപക്ഷേ സിദ്ധൻ വീണ്ടും പിടികൂടും. അക്കിക്കാവിലെത്തുകയല്ല ഇപ്പോൾ ലക്ഷ്യം. സിദ്ധനിൽനിന്ന് രക്ഷപ്പെടുക എന്നതാണ്. ഈ രാത്രിയിലിനി അക്കിക്കാവിലെത്താൻ ശ്രമിക്കുന്നത് അപകടമാണ്. സുരക്ഷിതമായൊരിടത്ത് മറഞ്ഞിരിക്കുക. പ്രഭാതത്തിൽ യാത്ര തുടരാം. അതാണുചിതം.

ഉണ്ണിക്കുട്ടൻ ഓട്ടത്തിന്റെ വേഗം കുറച്ചു.

അവൻ ഒരു സർപ്പത്തെപ്പോലെ മാളം തേടി.

## ഇരുപത്തി ഏഴ്

**ഉ**ണ്ണിക്കുട്ടൻ പാടത്തിന്റെ വിജനതയിലിരുന്ന് കിതപ്പുമാറ്റി. അകലെ പാടത്തിനക്കരെ വിളക്കുകൾ തെളിഞ്ഞിരിക്കുന്നത് കാണാം. അത് ചിലപ്പോൾ നീല്യാടാവാം.

സമയം ഇപ്പോൾ പത്തര കഴിഞ്ഞിട്ടുണ്ടാകും. ഒൻപതുമണിയാകുമ്പോഴേ കൂർക്കം വലിച്ചുറങ്ങാറുള്ള ആളാണ് ഉണ്ണിക്കുട്ടൻ. അവന് നല്ല വിശപ്പുമുണ്ട്. നാലുമണിക്ക് തട്ടുകടയിൽനിന്ന് ചായ കഴിച്ചതാണ്. ഇനിയൊരിക്കലും അച്ഛനുമമ്മയേയും ധിക്കരിക്കില്ലാ എന്ന് അവനുറച്ചു. അവരോട് ക്ഷമ യാചിക്കണം. ഇപ്പോൾ പഠിക്കുന്നതിനേക്കാൾ കൂടുതൽ പഠിക്കണം. അങ്ങനെ അവരെ സന്തോഷിപ്പിക്കണം.

പാടത്തിന്റെ ഏതോ കോണിൽനിന്ന് കൂട്ടംകൂടി പട്ടികൾ

കുരയ്ക്കുന്നതും ഓരിയിടുന്നതും ഉണ്ണിക്കുട്ടൻ കേട്ടു. ജാഗ്രത! അവയ്ക്കിടയിലെങ്ങാനും പെട്ടാൽ....

അവൻ മുന്നോട്ടുതന്നെ നടന്നു. വീട്ടുവെളിച്ചം അടുത്തടുത്തു വന്നു. നടത്തം പാടത്തിനു കുറുകെ പോകുന്ന ഒരു റോഡിലെത്തി. ഇനി എങ്ങോട്ടുപോകണം? റോഡ് മുറിച്ച് പാടത്തേക്ക് നേരെ പോകണോ അതോ റോഡിന്റെ വലതോ ഇടതോ പോകണോ? ഊഹം വെച്ച് നീങ്ങാൻ ദിശാബോധമൊന്നൊന്നില്ല. അധികമൊന്നുമാലോചിക്കാതെ റോഡിന്റെ ഇടതുഭാഗത്തേക്ക് നടന്നു. യുക്തി ഇത്രമാത്രമായിരുന്നു. അവ്യക്തമായ് പട്ടികളുടെ കുര കേൾക്കുന്നത് വലതുഭാഗത്തുനിന്നാണ്. അതുകൊണ്ട് എതിർഭാഗത്തേക്ക് പോകാം. അത്രതന്നെ.

ഓട്ടത്തിനിടയിൽ ചെരുപ്പെവിടെയോ അഴിഞ്ഞുപോയിരുന്നു. പാടത്തുനിന്ന്, ടാറിടാത്ത പരുക്കൻ റോഡിലൂടെ നടക്കുമ്പോൾ കാലുകൾ വേദനിച്ചു. എവിടെയൊക്കെയോ തച്ചുകുത്തി മുറിഞ്ഞിട്ടുണ്ട്. ഇപ്പോൾ അക്കിക്കാവിൽനിന്ന് താൻ അകലുകയാണോ അടുക്കുകയാണോ ചെയ്യുന്നത്? ഇരുട്ടിലും തനിക്ക് കണ്ണുകൾ കാണുന്നുണ്ടല്ലോ എന്നവനതിശയിച്ചു. മുന്നിൽ ചെറിയൊരു കൂര. ഒഴിഞ്ഞു കിടക്കുന്ന പീടികയോ മറ്റോ ആണ്. ഒരു മൃഗത്തെപ്പോലെ അവനങ്ങോട്ട് നൂഴ്ന്നു. ഉമ്മറത്ത് ഒരു തിണ്ടുണ്ട്. തിണ്ടിനോട് ചാരി നിലത്ത് അവൻ കിടന്നു. ഇതൊരു സുരക്ഷിതമായിടമാണെന്ന് നിർവ്വചിക്കാനാകാത്ത ഒരു ബോധം അവനിൽ നിറഞ്ഞിരുന്നു. ഉണ്ണിക്കുട്ടൻ ക്ഷീണത്തോടെ കണ്ണുകളടച്ചു.

*************

പ്രഭാതം.

ഉണർന്നിട്ടും നന്നായ് വെളിച്ചം പരക്കുന്നതുവരെ ഉണ്ണിക്കുട്ടൻ അവിടെ തന്നെ കിടന്നു.

സൈക്കിളിൽ പോകുന്ന ഒരു പാല്ക്കാരനെയാണാദ്യം കണ്ടത്. വഴി ചോദിച്ചപ്പോൾ 'നീല്യാട്ടിലേക്കാണ് വേണമെങ്കിൽ കേറിക്കോ' എന്നായി അയാൾ. അവിശ്വസിക്കണോ? രാത്രിയുടെ

മറവിലാണ് സിദ്ധൻ തന്നെ പറ്റിച്ചത്. ഇത് പകലാണ്. പ്രഭാതത്തിലെ വിശുദ്ധിയുടെ വെളിച്ചം തൂവിനില്ക്കുകയാണ്. ഈ സമയത്ത് ആർക്കും പറ്റിക്കാനാവില്ല. ഉണ്ണിക്കുട്ടൻ പാല്ക്കാരന്റെ സൈക്കിളിൽ കേറി. കുറേ കഴിഞ്ഞപ്പോൾ സൈക്കിൾ ഒരു മെയിൻ റോഡിലേക്ക് തിരിഞ്ഞു. സാവധാനം അങ്ങാടി തെളിഞ്ഞു. നീല്യാട് അങ്ങാടി. താൻ അടയാളം വെച്ചിരുന്ന ചീനിമരം, സത്താർ ഹോട്ടൽ എല്ലാം കണ്ടു. നന്ദിവാക്കുകൾക്ക് കാത്തുനില്ക്കാതെ സൈക്കിളുകാരൻ അയാളുടെ ജീവിതത്തിലേക്ക് വണ്ടിയുന്തി.

അക്കിക്കാവിന്റെ പടിക്കലെത്തിയപ്പോൾ ഉണ്ണിക്കുട്ടൻ നിന്നു. മുറ്റത്ത് ധാരാളം ആളുകൾ! എന്തുചെയ്യണം?

"എന്റെ കുട്ടീ..." എന്ന കരച്ചിലോടെ അമ്മ പടിക്കലേക്കോടിവന്ന് അവനെ മാറോടടക്കി. അവനമ്മയേയും കെട്ടിപ്പിടിച്ചു. അമ്മ പിറുപിറുക്കുന്നുണ്ടായിരുന്നു. "എന്തിനാ എന്റെ കുട്ടാ നീ..."

കണ്ണീരിന്റെ നനവുള്ള പാട പൊട്ടിയപ്പോൾ അക്കിക്കാവിലെ മുറ്റത്തുനില്ക്കുന്നതാരൊക്കെയാണെന്ന് ഉണ്ണിക്കുട്ടന് വ്യക്തമായി. അച്ഛൻ, അച്ഛമ്മ, സെയ്ദ്സാർ, നന്ദിനിക്കുട്ടി, വള്ളിയമ്മ, ലാലുനായ.......

www.ingramcontent.com/pod-product-compliance
Lightning Source LLC
LaVergne TN
LVHW041121150826
845673LV00007B/2144

* 9 7 8 9 3 8 8 4 8 5 5 2 4 *